ഏകാന്തസഞ്ചാരിയായ സത്യാന്വേഷി
സർ ഐസക് ന്യൂട്ടൺ

INSIGHT PUBLICA

Nadakkavu, Kozhikode, Kerala
Tel:0495–4020666
www.insightpublica.com
e-mail: insightpublica@gmail.com

Ekanthasanchariyaaya Sathyanweshi
Sir Isaac Newton
CM Rajan
(Malayalam)

First Edition: February 2024

ISBN 978-93-5517-808-4
Printed and Published by
Insightinpublica Printers & Publishers Pvt. Ltd.

ലഘു ജീവചരിത്രം

ഏകാന്തസഞ്ചാരിയായ സത്യാന്വേഷി
സർ ഐസക് ന്യൂട്ടൺ

സി. എം. രാജൻ

INSIGHT PUBLICA®

ജനനം: മെയ്, 1961, സ്ഥലം: ചന്തേര, കാസർഗോഡ് ജില്ല. വിദ്യാഭ്യാസം: പൂന സർവ്വകലാശാലയിൽനിന്നും ആംഗലേയ സാഹിത്യത്തിൽ ബിരുദാനന്തര ബിരുദം. ഹൈദരാബാദിലെ അന്തർദേശീയ വിദ്യാഭ്യാസ സ്ഥാപനമായ വിസ്സ ഇന്റർനാഷണലിൽ ഇംഗ്ലീഷ് പരിശീലകനായി പ്രവർത്തിക്കുന്നു. പ്രണയവും മൂലധനവും എന്ന കൃതിയുടെ പരിഭാഷയ്ക്ക് സാഹിത്യ അക്കാദമി അവാർഡ് ലഭിച്ചു.

മറ്റു കൃതികൾ: അസംബന്ധ പ്രബന്ധങ്ങൾ, ചന്തേര.

സാത്താന്റെ സുവിശേഷം, വിടവാങ്ങൽക്കുത്ത്, യേശുക്രൂശിതനാകുന്നു, പ്രണയവും മൂലധനവും, എലിനോർ മാർക്സ് (പരിഭാഷകൾ).

email: rajan.cm@gmail.com

സി.എം. രാജൻ

വിശ്വം പുതുക്കിവാർത്ത
വിസ്മയ മനീഷികൾ

നാളിതുവരെയുള്ള മനുഷ്യപുരോഗതിയുടെ മർമ്മസ്ഥാനം ശാസ്ത്രീയമായ അന്വേഷണങ്ങളും കണ്ടെത്തലുകളും അതിൻ ഫലമായുള്ള സാങ്കേതികവിദ്യയുടെ നിർമ്മിതിയുമാണെന്ന കാര്യത്തിൽ അധികം തർക്കങ്ങൾ ഉണ്ടാവാൻ സാധ്യതയില്ല. സാധാരണ പ്രകൃതി ജീവികളിൽ നിന്ന് മാനവിക ഭാവങ്ങളിലേയ്ക്ക് മനുഷ്യകുലത്തെ പരിവർത്തിപ്പിച്ചത് മനുഷ്യരുടെ അന്വേഷ ണങ്ങളും കണ്ടെത്തലുകളും തന്നെയാണ്. ഗുഹാജീവിതത്തിൽ നിന്നും കുതിച്ചുയർന്ന മനുഷ്യർ കൈയ്യെത്തിപ്പിടിച്ച നേട്ടങ്ങൾ ശാസ്ത്രജ്ഞാനം കൊളുത്തിവെച്ച വിജ്ഞാന വെളിച്ചമല്ലാതെ മറ്റെന്താണ്?

ശാസ്ത്രം കൊളുത്തിവെച്ച ജ്ഞാനത്തിന്റെ വെളിച്ചത്തെ ശാസ്ത്രജ്ഞരുടെ ജീവിതചിത്രണത്തിലൂടെ ആഖ്യാനം ചെയ്യുകയും ഓരോ ശാസ്ത്രജ്ഞരുടേയും ജീവിതത്തിന്റെ ഗതിവിഗതികളേയും കണ്ടെത്തലിനു പിന്നിലുള്ള കൗതുകകരമായ അനുഭവങ്ങളെയും ഈ പുസ്തകങ്ങൾ അനാവരണം ചെയ്യുന്നു.

പ്രതിഭാശാലികളായ ശാസ്ത്രജ്ഞരുടെ പ്രഭാപൂരമായ അന്വേഷ ണങ്ങളും കണ്ടെത്തലുകളും പുതുതലമുറകളിലേയ്ക്കു കൂടി പകരുക എന്ന ലക്ഷ്യത്തോടെയാണ് ഈ ഉദ്യമത്തിന് ഞങ്ങൾ തയ്യാ റായത്.

ഈ പുസ്തകം തയ്യാറാക്കിയത് സി. എം. രാജൻ ആണ്. അദ്ദേഹത്തിന് നന്ദി. അന്ധവിശ്വാസങ്ങളുടെ മൂടുപടം പതുക്കെ പതുക്കെ നമ്മുടെ നവോത്ഥാന മൂല്യങ്ങൾക്കും പുരോഗമനാത്മക ചിന്തകൾക്കും മേലെ മറവിരിക്കുമ്പോൾ ഈ പുസ്തകം ശാസ്ത്ര വിജ്ഞാനത്തിന്റെ ഒരു കൈത്തിരിയായിരിക്കും എന്നു ഞങ്ങൾ പ്രതീക്ഷിക്കുന്നു.

സുമേഷ് ഇൻസൈറ്റ്

1

കോവിഡ്കാലംഎന്നൊരുകാലംഓർമ്മയിലുണ്ടല്ലോ, അല്ലേ? നിങ്ങളിൽ പലർക്കും ഓർമ്മയുണ്ടാകണം. അത്ര പെട്ടെന്ന് മറക്കാൻ പറ്റുന്ന ഒരു കാലമല്ലല്ലോ അക്കാലം. പ്രാണവായുവിനുവേണ്ടിപ്പിടഞ്ഞ് അന്ന് മരിച്ചവർ നിരവധിയല്ലേ? അതുപോലൊരു മഹാമാരി ഇതിന് മുമ്പുണ്ടായിരുന്നുവോ എന്ന് ആളുകൾ അത്ഭുതപ്പെട്ട കാലം. "ക്വാറന്റീൻ" (quarantine-ഏകാന്തവാസം), "സാനിറ്റൈസേഷൻ" (sanitisation-ശുചിത്വം), "സോഷ്യൽ ഡിസ്റ്റൻസ്" (social distance-ആളുകൾക്കിടയിൽ അകലം പാലിക്കൽ) തുടങ്ങിയവ മൂർത്ത യാഥാർഥ്യങ്ങളായ് മാറിയ കാലം. സ്കൂളിൽപ്പോയി പഠിക്കാനോ, കളിക്കാനോ, കൂട്ടുകൂടാനോ സാധിക്കാതെ കുട്ടികൾ മട്ടുപ്പിൽ തളഞ്ഞിരുന്ന കാലം. ഇരുപത്തിയൊന്നാം നൂറ്റാണ്ടിലെ ആദ്യമഹാമാരി അതിജീവിക്കാൻ മനുഷ്യർ പാടുപെട്ടതിന് കണക്കില്ല.

ചരിത്രത്തിൽ ഇതുപോലൊരു മഹാമാരി ആദ്യം മറനീക്കി പുറത്തുവന്നത് റോമിലാണ്-A. D. 541ൽ. അതിന്റെ പിൻഗാമിയായി, 1346-ൽ, ബ്യൂബോണിക് പ്ലേഗ് എന്ന മഹാമാരി ലോകത്തെ ഗ്രസിച്ചു. "കറുത്ത മരണം" (black death) എന്നാണ് ആളുകൾ അതിനെ വിളിച്ചത്. ഏഴുവർഷങ്ങളോളം താണ്ഡവമാടിയ ഈ രോഗം ബാധിച്ചവർ തലവേദനിച്ചും, ഛർദ്ദിച്ചും, പനിപിടിച്ചും മരിച്ചു

വീണു. യൂറോപ്പിലാണ് ഏറ്റവുമധികം ആളുകൾ മരിച്ചത്. കോവിഡ് കാലത്തെന്നപോലെ, ലോകത്തിലെ സാമ്പത്തിക-സാമൂഹിക-സാംസ്കാരികസ്ഥിതി അപ്പാടെ തകിടം മറിഞ്ഞു. ആളുകളുടെ മതവിശ്വാസങ്ങളിലും മാറ്റം വന്നു.

ഇംഗ്ലണ്ടിൽ ഇതേ പ്ലേഗ് വീണ്ടും മൃത്യുനർത്തനമാടി-1665-ൽ. ആളുകളുടെ ദേഹത്ത് മുഴകൾ പൊങ്ങി വന്നു; ചർമ്മം കറുത്തു. ചികിത്സ കിട്ടാതെ ജനം ആധിപൂണ്ട് നെട്ടോട്ടമോടി; പലരും പൊടുന്നനെ മരിച്ചു വീണു. സഹിക്കാൻ വയ്യാത്ത വേദനയോടെയാണ് ആളുകൾ മരിച്ചത്. ജനങ്ങൾ തിങ്ങിപ്പാർക്കുന്ന ഇടങ്ങൾ സുരക്ഷിതമല്ലാതായി. ആളുകൾക്ക് പരസ്പരം അകലം പാലിക്കേണ്ടി വന്നു; രോഗികളെ ഏകാന്തത്തടവിൽ പാർപ്പിക്കേണ്ടതായും വന്നു. അനായാസേന സംക്രമിക്കുന്ന ഒരു രോഗമാണല്ലോ പ്ലേഗ്. എന്താണീ രോഗത്തിന് ഹേതു? അതിനെ എങ്ങനെ പ്രതിരോധിക്കും? അതൊന്നുമറിയാതെ ജനം ഇടിവെട്ടേറ്റതുപോലെയായി. ഒരേയൊരു രക്ഷാമാർഗ്ഗം ഗ്രാമങ്ങളിലേക്ക് രക്ഷപ്പെടുക എന്നതായിരുന്നു. ഗ്രാമപ്രദേശത്ത് ആളുകൾ കുറവായതിനാൽ, പ്ലേഗ് അത്രവേഗം പരക്കില്ലല്ലോ. അവിടം, താരതമ്യേന ഭദ്രമാണ്.

അന്ന് കേംബ്രിഡ്ജ് യൂണിവേഴ്സിറ്റിയിലെ ട്രിനിറ്റി കോളേജിൽ ഒരു വിദ്യാർത്ഥിയുണ്ടായിരുന്നു. പേര്, ഐസക് ന്യൂട്ടൺ. മൂപ്പരുടെ ബിരുദപഠനം അവസാനിച്ച സമയം. കാട്ടുതീപോലെ പ്ലേഗ് ആളിപ്പടർന്നപ്പോൾ കോളേജ് പൂട്ടി. ന്യൂട്ടണ് ഗ്രാമത്തിലെ അമ്മയുടെ വീട്ടിലേക്ക് കെട്ടുകെട്ടേണ്ടി വന്നു. കേംബ്രിഡ്ജിൽ നിന്ന് അറുപതു നാഴിക അകലെയായിരുന്നു അമ്മവീട് - ഒരു കളപ്പുരവീട്. കോളേജ് വിട്ട് വീട്ടിലെത്തിയ അക്കാലത്ത് ന്യൂട്ടണ് പ്രായം ഇരുപത്തിമൂന്ന്. കോളേജ് വിട്ടതിൽ അയാൾക്ക് വലിയ പ്രയാസമുണ്ടായിരുന്നില്ല. കൂട്ടുകാരെ കാണാൻ പറ്റില്ലല്ലോ എന്നോർത്ത് അയാൾ വേദനിച്ചതുമില്ല. കാരണം, അയാൾക്ക് കൂട്ടുകാർ ആരുംതന്നെ ഇല്ലായിരുന്നു. എന്നും അയാൾ ഏകാകിയായിരുന്നു. ഗ്രാമമായാലും, നഗരമായാലും ഏകാന്തതയുണ്ടെങ്കിൽ

അതിനപ്പുറം വേറൊരുകൂട്ട് അയാൾക്ക് വേണ്ട.

അമ്മവീട്ടിൽ തനിക്കിഷ്ടമുള്ള കാര്യങ്ങൾ ചെയ്തുകൊണ്ട് ആ വിദ്യാർത്ഥി നേരം കളഞ്ഞു. അയാൾക്കിഷ്ടമുള്ള കാര്യം എന്താണെന്നല്ലേ? കളിയും ചിരിയുമൊന്നുമല്ല. കാര്യം ഗൗരവമേറിയതാണ്. വീട്ടിലിരുന്ന് അയാൾ ചിന്തിച്ചുകൂട്ടിയതു മുഴുവൻ ഈ പ്രപഞ്ചത്തെക്കുറിച്ചായിരുന്നു.

ന്യൂട്ടന്റെ വീടിനെതിരെ ഒരാപ്പിൾ മരമുണ്ടായിരുന്നു. വയസ്സുചെന്നപ്പോൾ ന്യൂട്ടൺ തന്നെ പറഞ്ഞ കഥയാണിത്. ഒരു ദിവസം അയാൾ ആ മരത്തെക്കുറിച്ചുതന്നെ ചിന്തിച്ചുകൊണ്ടേയിരുന്നു. മരക്കൊമ്പിലിരിക്കുന്ന ആപ്പിൾ അടരുമ്പോൾ അതു താഴേക്കു തന്നെ വീഴുന്നതെന്തുകൊണ്ടാണ്? ആരാണ്, അല്ലെങ്കിൽ, ഏതു ശക്തിയാണ് ആപ്പിളിനെ താഴേക്കിങ്ങനെ വലിക്കുന്നത്? ചിന്തിച്ചു ചിന്തിച്ച് തലപുകച്ചപ്പോൾ അയാൾക്കൊരു കാര്യം മനസ്സിലായി: അടർന്നുവീഴുന്ന ആപ്പിളും ഭൂമിയെ ചുറ്റുന്ന ചന്ദ്രനും ഒരേ പ്രകൃതി ശക്തിയുടെ പിടിയിലാണ്. കേൾവികേട്ട ഒരു കഥയനുസരിച്ച്, ആപ്പിൾമരം നോക്കിനോക്കി, ന്യൂട്ടൺ ഗുരുത്വാകർഷണബലം (ഗ്രാവിറ്റി-gravity -) എന്ന ആശയത്തിലെത്തിച്ചേർന്നു. ആപ്പിൾ സ്വന്തം തലയിൽ വീണപ്പോഴാണ് മൂപ്പർക്ക് പ്രചോദനമുണ്ടായി 'ഗ്രാവിറ്റി' കണ്ടുപിടിച്ചതെന്ന കഥയും നിലവിലുണ്ട്.

എന്തായാലും, പ്ലേഗ് കാലം മറ്റുള്ളവർക്ക് ഭീകരമായിരുന്നെങ്കിലും, ന്യൂട്ടണ് അങ്ങനെയായിരുന്നില്ല. അയാൾക്കത് വിസ്മയത്തിന്റെ വേളകളായിരുന്നു. ഗ്രാവിറ്റി മാത്രമല്ല, വേറെയും ആശയങ്ങൾ അയാളുടെ തലയിൽ ഉദിച്ചുകൊണ്ടേയിരുന്നു - ഒരു ജീവിതകാലം മുഴുവൻ ചിന്തിക്കാനും എഴുതാനുമുള്ള ആശയങ്ങൾ. പ്രപഞ്ചം പ്രവർത്തിക്കുന്നതെങ്ങനെയെന്ന് പുതിയൊരു രീതിയിൽ മറ്റുള്ളവർക്ക് പറഞ്ഞുകൊടുക്കാൻ സഹായിച്ച ആശയങ്ങൾ.

ഒന്നരക്കൊല്ലം കഴിഞ്ഞപ്പോൾ കേംബ്രിഡ്ജ് വീണ്ടും തുറന്നു. ന്യൂട്ടൺ അവിടേക്ക് മടങ്ങിയെത്തി. പ്ലേഗിനു ശേഷവും അയാളുടെ സ്വഭാവത്തിൽ മാറ്റമൊന്നുമുണ്ടായില്ല. ആൾ മുരടനായിത്തന്നെ തുടർന്നു. പ്രസന്നതയൊട്ടുമില്ലാത്തവൻ. മറ്റുള്ളവരോട് ഈർഷ്യയുള്ളവൻ. മര്യാദക്കാരനെന്ന് ഒരാളും അയാളെക്കുറിച്ച് പറയില്ല. എങ്കിലും, ആ മുരടൻ വിദ്യാർത്ഥിയാണ് പിൽക്കാലത്ത് ലോകം കണ്ട ഏറ്റവും വലിയ ശാസ്ത്രപ്രതിഭയെന്ന് വാഴ്ത്തപ്പെട്ടത്.

ന്യൂട്ടൺ ജനിക്കുമ്പോൾ രാജ്യത്തിനകത്ത് യുദ്ധം പൊട്ടിപ്പുറപ്പെട്ട കാലമായിരുന്നു. പാർലിമെന്റും ചാൾസ് രാജാവും തമ്മിലുള്ള പോര് കൊടുമ്പിരിക്കൊള്ളുന്ന കാലം. സംഘർഷം രക്തരൂക്ഷിതമായി. ചാൾസ് രാജാവ് വിചാരണക്ക് വിധേയനായി. വിചാരണ കഴിഞ്ഞ്, രാജാവ് ശിരച്ഛേദം ചെയ്യപ്പെട്ടു. രാജാവില്ലാത്തൊരു ഭരണകൂടം നിലവിൽ വന്നു. ഭരണം കർശനമായിരുന്നു. പതിനൊന്നു കൊല്ലങ്ങൾ അങ്ങനെ കടന്നുപോയി. രാജഭരണം വീണ്ടും തിരിച്ചുവന്നു. ചാൾസ് രണ്ടാമൻ രാജാവായി. ന്യൂട്ടന്റെ കുടുംബക്കാർക്ക് ആഭ്യന്തര കലാപങ്ങളിൽ നേരിട്ട് യാതൊരു പങ്കുമുണ്ടായിരുന്നില്ല. എങ്കിലും, ആ കാലഘട്ടത്തിലെ ഹിംസയും അനിശ്ചിതത്വവും ന്യൂട്ടന്റെ ബാല്യകാലത്തെ ബാധിക്കാതിരുന്നില്ല.

1642-ലെ ക്രിസ്തുമസ് ദിവസത്തിലാണ് ഐസക് ന്യൂട്ടന്റെ ജനനം-ഇംഗ്ലണ്ടിലെ ലിങ്കൺഷയറിൽ. അക്കാലത്ത് ഇംഗ്ലണ്ടിൽ ഉപയോഗിക്കപ്പെട്ടിരുന്ന കലണ്ടർ വേറെ ആയിരുന്നതിനാൽ ന്യൂട്ടന്റെ ജനനത്തീയ്യതി 1643- ജനുവരി നാലാണെന്നും പറയാറുണ്ട്.

കേംബ്രിഡ്ജ് യൂണിവേഴ്സിറ്റി

ജനിച്ചപ്പോൾ കുട്ടി നീണ്ട കാലം ജീവിക്കുമെന്ന് ആർക്കും തോന്നിയില്ല. ഒന്നാമത്, മാസം തികയാതെയാണ് കുഞ്ഞ് പിറന്നത്. രണ്ടാമത്, അതിന് ആരോഗ്യം കമ്മിയായിരുന്നു. വലുപ്പം തീരെയില്ലാത്തൊരു കുഞ്ഞ്-ഒരു വലിയ കാപ്പിക്കോപ്പയിൽക്കൊള്ളാവുന്ന വലുപ്പമേ കുഞ്ഞിനുണ്ടായിരുന്നുള്ളൂ. ആരോഗ്യം തീരെക്കുറവായ ഇത്തിരിയോളം പോന്ന കുഞ്ഞ് എങ്ങനെ നീണാൾവാഴാനാണ്? പക്ഷേ, അവൻ വാണു; നീണ്ട നാളുകളോളം തന്നെ.

കുഞ്ഞു പിറക്കുന്നതിന് മൂന്നുമാസം മുമ്പേ കുഞ്ഞിന്റെ അച്ഛൻ ഇഹലോകവാസം വെടിഞ്ഞിരുന്നു. അച്ഛന്റെ പേരും ഐസക് എന്നു തന്നെയായിരുന്നു. അദ്ദേഹം സാമ്പത്തികമായി അത്ര മോശമല്ലാത്ത ഒരു കൃഷിക്കാരനായിരുന്നു; എങ്കിലും, നിരക്ഷരനായിരുന്നു. എഴുതാനും വായിക്കാനും പോയിട്ട്, ഒന്നൊപ്പിടാൻ പോലും അറിയാത്ത ഒരാൾ.

ഐസക്കിന്റെ അമ്മയുടെ പേര് ഹന്ന എന്നായിരുന്നു. അവന് മൂന്നു വയസ്സായപ്പോൾ ഹന്നയ്ക്ക് വീണ്ടുമൊരു വിവാഹം കഴിച്ചാൽക്കൊള്ളാമെന്ന് തോന്നി. അവർ വീണ്ടും വിവാഹിതയായി. ഭർത്താവിന്റെ പേര്, ബാർണബസ് സ്മിത്ത്. അങ്ങേർ

ഒരു പുരോഹിതനായിരുന്നു. സ്മിത്തിന് വേണ്ടത് ഒരു ഭാര്യയെ ആയിരുന്നു. അയാൾക്ക് കുട്ടിയെ വേണ്ടായിരുന്നു. അതിനാൽ, കല്ല്യാണം കഴിഞ്ഞപ്പോൾ ഹന്ന മാത്രമാണ് സ്മിത്തിനൊപ്പം പോയത്. ഐസക് ഹന്നയുടെ മാതാപിതാക്കൾക്കൊപ്പം കഴിഞ്ഞു.

അമ്മയെക്കാണാതെയാണ് കുഞ്ഞ് ഐസക് വളർന്നത്. അവനെപ്പോഴും ഏകാകിയായിരുന്നു. പലപ്പോഴും അവൻ ഏതെങ്കിലുമൊരു മരത്തിൽക്കേറി അമ്മയുടെ പുതിയ വീട്ടിലേക്ക് തുറിച്ച് നോക്കിയിരിക്കും. വളർത്തച്ഛനെ അവൻ എത്രമാത്രം വെറുത്തെന്നോ! അയാളുടെ വീട് കത്തിച്ചുചാമ്പലാക്കാനുള്ളത്ര ദേഷ്യം അവനുണ്ടായി. പലപ്പോഴും ആ വീടിന് താൻ തീയിടുന്നത് അവൻ സ്വപ്നം കണ്ടു; വീടിനകത്ത് സ്മിത്ത് കത്തിയമരുന്നതും. വളർന്നു വലുതായപ്പോൾ ന്യൂട്ടന്റെ സ്വഭാവത്തിൽ കാലുഷ്യവും പാരുഷ്യവും കലർന്നതിൽ അത്ഭുതമൊന്നുമില്ല. അവനെ കുറ്റം പറഞ്ഞിട്ടെന്തു കാര്യം? അവന്റെ മുരട്ടു സ്വഭാവത്തിന് ഹന്നയും, സ്മിത്തും, ആഭ്യന്തരകലാപവും ഒരുപോലെ കാരണക്കാരാണ്. അനിവാര്യമായ ഏകാന്തതയെ അവൻ സ്നേഹിച്ചു; മറ്റു സുഹൃത്തുക്കളൊന്നും വേണ്ടെന്ന് തീരുമാനിച്ചു. പാവം കുഞ്ഞ്!

ഐസക്കിന് പത്തു വയസ്സായി. ആ സമയത്ത് അവന്റെ വളർത്തച്ഛൻ, സ്മിത്ത് മരിച്ചു. അമ്മ, ഹന്ന അവന്റെയടുത്തേക്ക് തിരിച്ചു വന്നു. ഹന്ന വന്നത് ഒറ്റക്കായിരുന്നില്ല. ഒപ്പം, ഐസക്കിന് അവരൊരു പാതിസഹോദരനെയും, രണ്ടു പാതിസഹോദരിമാരെയും കൊണ്ടുവന്നു.

ഐസക് പഠിച്ചത് നാട്ടുമ്പുറത്തെ സ്കൂളിലാണ്. അവിടെ കാര്യമായ പഠിത്തമൊന്നുമുണ്ടായിരുന്നില്ല. കുട്ടികളെ വായന പഠിപ്പിക്കും; അത്ര തന്നെ. അതിനപ്പുറമുള്ള പഠനമൊന്നും പ്രതീക്ഷിക്കാനില്ലായിരുന്നു. ഐസക്കിന്, പക്ഷേ, അതുകൊണ്ട് തൃപ്തിയായില്ലെന്ന് തോന്നി. അവൻ അസാധാരണ ബുദ്ധിയുള്ള കുട്ടിയാണെന്ന് അവന്റെ അമ്മ മനസ്സിലാക്കി. അവർ അവനെ വേറൊരു സ്കൂളിലേക്ക് മാറ്റിയാലോ എന്നാലോചിച്ചു. കിംഗ്സ്

കുട്ടിക്കാലം

സ്കൂൾ എന്നൊരു സ്കൂളുണ്ട്. അത് ഏഴു നാഴിക ദൂരത്താണ്. കുട്ടിക്ക് നടന്നുപോകാൻ പറ്റുന്ന ദൂരത്തിലല്ല. ഹന്ന അതിനൊരു പരിഹാരം കണ്ടു: പട്ടണത്തിലെ ക്ലാർക്ക് കുടുംബത്തിൽ ഐസക് താമസിച്ചു പഠിക്കട്ടെ.

ക്ലാർക്ക് എന്നു പറഞ്ഞത് വില്യം ക്ലാർക്കിനെയാണ്. അദ്ദേഹത്തിനൊരു മകളുണ്ടായിരുന്നു, കാതറീൻ. ക്ലാർക്കിന്റെ കൂടെ താമസിക്കുന്ന കാലത്ത് ഐസക് കാതറീനുമായി ഇഷ്ടത്തിലായി. അങ്ങനെയാണ് ആ കുടുംബം പറഞ്ഞത്. അതു ശരിയാണോ എന്നറിയില്ല. ശരിയാണെങ്കിൽ, ഐസക് പ്രേമിച്ച ഒരേയൊരു പെൺകുട്ടി കാതറീനാണ്. വർഷങ്ങൾ കഴിഞ്ഞപ്പോൾ, കാതറീൻ ഐസക്കിനെപ്പറ്റി പറഞ്ഞത് ശ്രദ്ധേയമാണ്:

"ഒരു ഗൗരവക്കാരൻ. മൂകൻ. ചിന്താശീലൻ. മറ്റുകുട്ടികളുടെ പൊട്ടക്കളികളിൽ കൂടാത്തവൻ."

ഒഴിവു സമയങ്ങളിൽ അവൻ കാതറീന്റെ പാവകൾക്ക് ബെഞ്ചും കസേരയുമുണ്ടാക്കിക്കൊടുക്കും.

വില്യം ക്ലാർക്ക് ഒരു അപ്പോത്തിക്കരി (apothecary) ആയിരുന്നു. അപ്പോത്തിക്കരി എന്നാൽ മരുന്നുണ്ടാക്കിവിൽക്കുന്ന ഒരാൾ. മരുന്നുണ്ടാക്കുമ്പോൾ അളവും തൂക്കവും കൃത്യമായിരിക്കണം. മരുന്നിനുള്ള സാമഗ്രികളെക്കുറിച്ചുള്ള കൃത്യമായ അറിവുണ്ടായിരിക്കണം. ഐസക് എന്ന ബാലന് ഇതൊക്കെ രസകരമായിത്തോന്നി. ക്ലാർക്കിനെ നോക്കിക്കണ്ടും സഹായിച്ചും അവൻ പലതും പഠിച്ചു. വിഭിന്ന പദാർത്ഥങ്ങൾ പരസ്പരം പ്രവർത്തിക്കുന്നതെങ്ങനെയെന്ന് മനസ്സിലാക്കി-അടിസ്ഥാന രസതന്ത്രപാഠങ്ങൾ. ഇക്കാലത്ത് അവൻ സ്വന്തമായൊരു കഷായമുണ്ടാക്കി-കർപ്പൂരതൈലവും, തേനീച്ചമെഴുകും, വീഞ്ഞും, രക്തചന്ദനവും ചേർത്തൊരു കൂട്ട്. അന്ന് മാരകരോഗമായിരുന്ന ക്ഷയത്തിനുള്ള മരുന്നായിട്ടാണ് അവനതൊരുക്കിയത്. തനിക്ക് ക്ഷയം പിടിപെടാതിരിക്കാനുള്ള ഒരു മുൻകരുതൽ.

ഐസക്കിനെ ആകർഷിച്ച മറ്റൊരു സംഗതി സമയം അളക്കുന്ന രീതിയായിരുന്നു. അക്കാലത്തെ ഘടികാരങ്ങളെ

ഹന്ന ഐസോകൗഫ്

വിശ്വസിക്കാൻ കൊള്ളില്ലായിരുന്നു. അവയേക്കാൾ നല്ലൊരു സമയമാപിനി തനിക്കുണ്ടാക്കാൻ കഴിയില്ലേ? അവൻ അതിനൊരുങ്ങി. സൂര്യൻ ഉദിച്ചസ്തമിക്കുന്നതുവരെയുള്ള നിഴലുകളുടെ നീക്കം അവൻ രേഖപ്പെടുത്തി. പിന്നീട്, ചുമരിൽ ആണികളടിച്ചുകേറ്റി ഒരു സൂര്യഘടികാരം (sundial) ഉണ്ടാക്കി. ശരിക്കുള്ള സമയമറിയാൻ, അതിൽപ്പിന്നെ, നാട്ടുകാർ ഐസക്കിന്റെ ഘടികാരം നോക്കാൻ തുടങ്ങി. വീടിനകത്തിരിക്കുമ്പോൾ സമയമറിയാൻവേണ്ടി അവൻ മരത്തകിടുകൊണ്ടുള്ള മറ്റൊരു ഘടികാരമുണ്ടാക്കി. വെള്ളത്തുള്ളികൾ യഥാസമയം ഇറ്റിറ്റുവീഴുന്നതിലൂടെയാണ് ആ ഘടികാരം തിരിഞ്ഞുകൊണ്ടിരുന്നത്. ഇതുകൂടാതെ, അവനൊരു കൊച്ചുകാറ്റാടി കൂടിയുണ്ടാക്കി; കാറ്റാടി തിരിക്കാൻ ഒരു ചുണ്ടെലിയെയും നിയമിച്ചു.

ബുദ്ധിമാനും കഴിവുള്ളവനുമൊക്കെത്തന്നെ ഐസക്. പക്ഷേ, പാഠശാല അവന് ചതുർത്ഥിയായിരുന്നു. പാഠവിഷയങ്ങളിലൊന്നും അവന് താല്പര്യമുണ്ടായിരുന്നില്ല. എത്ര പറഞ്ഞാലും ചെക്കൻ

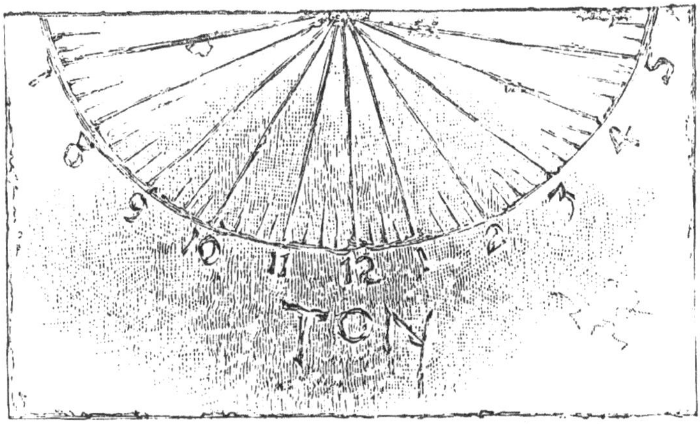

Sir Isaac Newton's Sun-dial in the Royal Society.

പഠിക്കില്ല. ക്ലാസ്സിലെന്നും അവൻ ഏറ്റവും പിറകിലാണ്. ഒന്നാമനാകുന്നതിനു പകരം 'പിന്നാമൻ' ആയ കുട്ടി.

ഒരിക്കൽ 'പഠിപ്പിസ്റ്റ്' ആയ ഒരുവൻ ഐസക്കിനെ വയറ്റിനിട്ടു കുത്തി. ഐസക്കല്ലേ ആള്? ഇത്തിരിപ്പോന്നവനെങ്കിലും അവന്റെ അഭിമാനം ഒത്തിരിപ്പോന്നതായിരുന്നു. ആ കുട്ടിയെ അവൻ പോരിന് വെല്ലുവിളിച്ചു. പോരിൽ ഐസക് ജയിക്കുമെന്ന് ആരും വിചാരിച്ചിരുന്നില്ല. പക്ഷേ, ഐസക് അവനിട്ട് നന്നായി പൊട്ടിച്ചു. അവിടംകൊണ്ടും ഐസക്കിന്റെ പക തീർന്നില്ല. പക മനസ്സിലിട്ടു വളർത്തുന്നതിൽ മിടുക്കനായിരുന്ന അവൻ, ആ കുട്ടിയെ സ്കൂളിലും തോൽപ്പിക്കാനുറച്ചു. അവൻ പഠിത്തത്തിൽ ശ്രദ്ധയൂന്നി. ക്ലാസ്സിൽ ഒന്നാമനാകാൻ അവന് അധികസമയമൊന്നും വേണ്ടിവന്നില്ല. അങ്ങനെ, പഠിപ്പിസ്റ്റ് കാരണം പിന്നാമൻ ഒന്നാമനായി.

സ്കൂളിലെ മുഖ്യവിഷയങ്ങൾ ലത്തീനും ഗ്രീക്കുമായിരുന്നു. ഈ രണ്ടു ഭാഷകളും ഐസക്കിന് പിന്നീട് പ്രയോജനപ്പെട്ടു. അക്കാലത്ത് പ്രധാനപ്പെട്ട ലേഖനങ്ങളും പുസ്തകങ്ങളും ഈ രണ്ടു ഭാഷകളിലാണല്ലോ ആളുകൾ എഴുതിയിരുന്നത്. ഭാഷകൾക്കൊപ്പം, ലളിതമായ കുറച്ച് അങ്കഗണിതവും ക്ഷേത്രഗണിതവും അവൻ പഠിച്ചു. പഠിച്ച് വിദ്വാനാകാനൊന്നുമല്ല ഹന്ന, ഐസക്കിനെ

സ്കൂളിൽ ചേർത്തത്. അവനൊരു നല്ല കർഷകനാകണം, ഹന്നയുടെ ആഗ്രഹം അതായിരുന്നു. അതിനുള്ള വിദ്യാഭ്യാസം അവനു കിട്ടണം. അത്രയും വിദ്യാഭ്യാസമേ വേണ്ടു. അതുകൊണ്ട്, അവന് കൃഷി പഠിക്കാനുള്ള പ്രായമായെന്ന് കണ്ടപ്പോൾ, ഹന്ന അവന്റെ സ്കൂൾ വിദ്യാഭ്യാസത്തിന് തിരശ്ശീലയിട്ടു. പക്ഷേ, കൃഷിയിലൊന്നും ഐസക്കിന് രസം പിടിച്ചില്ല. ധാന്യങ്ങൾ നട്ടുവളർത്തുക, കന്നുകാലികളെ പോറ്റിനടക്കുക-എന്തൊരു ബോറു പരിപാടിയാണ്. അവൻ കൃഷി കാര്യമായ് നോക്കാതെ മറ്റു പല കാര്യങ്ങളിലും വ്യാപൃതനായി. കൃഷിയിടത്തിൽ ജോലിചെയ്യേണ്ട നേരത്ത് അവനേതെങ്കിലും മരച്ചോട്ടിലിരിക്കും; പുസ്തകം വായിക്കും; എന്തെങ്കിലും നിർമ്മിച്ചു കൊണ്ടിരിക്കും.

ഒരിക്കൽ ആടുകളെ മേയ്ക്കാൻ പോയ ഐസക് അവയെ അയൽക്കാരന്റെ വയലിലേക്ക് വിട്ടു; അവ അവിടെയുള്ള വിളയെല്ലാം തിന്നുതീർത്തു. അയൽക്കാരൻ അതങ്ങനെ വിട്ടില്ല. അയാൾ കേസുകൊടുത്തു; ഐസക്കിന്റെ അമ്മയെ, ഹന്നയെ, കോടതികയറ്റി. കോടതി പിഴ വിധിച്ചു. ഹന്നയ്ക്കൊരു സംഗതി ബോദ്ധ്യമായി: ഐസക് താൻ വിചാരിച്ചതുപോലൊരു കൃഷിക്കാരനാകില്ല. ചെറുക്കൻ വേറെ ജനുസ്സാണ്.

ഐസക്കിന്റെ സ്കൂളിലെ മാഷും അതേ ചിന്താഗതിക്കാരനായിരുന്നു. അവൻ കൃഷിയിലേർപ്പെടുന്നത് അവന്റെ ബുദ്ധി പാഴാക്കുന്നതിന് മാത്രമേ ഉപകരിക്കൂ. മാഷ് ഐസക്കിന്റെ അമ്മാവനെ ചെന്നുകണ്ടു. ഇരുവരും, തിരിച്ച്, അവന്റെ അമ്മ, ഹന്നയെ സമീപിച്ചു. അവനൊരു യൂണിവേഴ്സിറ്റിയിൽ ചേർന്ന് പഠിക്കുന്നതല്ലേ ഭംഗി? അതാണ് അവർ ഹന്നയോട് ആവശ്യപ്പെട്ടത്. അങ്ങനെയാണ് ഐസക് ന്യൂട്ടൺ ട്രിനിറ്റി കോളേജിലെത്തുന്നത്-അവന്റെ പതിനെട്ടാമത്തെ വയസ്സിൽ.

കേംബ്രിഡ്ജ് യൂണിവേഴ്സിറ്റിയുടെ ഭാഗമായ ട്രിനിറ്റി കോളേജിൽ ഐസക് അടുത്ത നാൽപ്പതുകൊല്ലമാണ് ചെലവഴിക്കാൻ പോകുന്നത്. അവനവിടെ താമസമാക്കും; തുടക്കത്തിൽ വിദ്യാർത്ഥിയായും, പിന്നീട്, പ്രഫസറായും.

2

ന്യൂട്ടന്റെ ജീവിതകാലത്ത് ഇംഗ്ലണ്ടിൽ രണ്ടേ രണ്ട് സർവ്വകലാശാലകളേ ഉണ്ടായിരുന്നുള്ളൂ-കേംബ്രിഡ്ജും ഓക്സ്ഫോഡും. രണ്ടും വളരെ പുരാതനമായ സർവ്വകലാശാലകൾ. ചർച്ച് ഓഫ് ഇംഗ്ലണ്ടിലെ പുരോഹിതന്മാരാകാൻ വിദ്യാർത്ഥികളെ സജ്ജമാക്കുകയാണ് ഇവയുടെ ലക്ഷ്യം. അതുകൊണ്ട്, സഭയിലെ അംഗങ്ങൾക്കേ അവിടെ പ്രവേശനമുണ്ടായിരുന്നുള്ളൂ. ഓരോ വിദ്യാർത്ഥിക്കും സ്വന്തമായ് ഒരു ട്യൂട്ടർ ഉണ്ടാകും. അയാൾക്കാണ് ആ വിദ്യാർത്ഥിയുടെ പഠനത്തിന്റെ ചുമതല. പണക്കാരുടെ മക്കൾ അവിടെ വരുന്നത് പഠിക്കാനൊന്നുമല്ല; വെറും നേരമ്പോക്കിനാണ്-സമയം കൊല്ലാൻ വേണ്ടി മാത്രം.

ട്രിനിറ്റിയിലെ ആദ്യമാസങ്ങൾ ന്യൂട്ടണ് നിരാശയാണുണ്ടാക്കിയത്. അമ്മ, ഹന്നയ്ക്ക് പണത്തിന് ഞെരുക്കമൊന്നുമുണ്ടായിരുന്നില്ലെങ്കിലും, മകന്റെ ഫീസൊടുക്കാൻ അവർക്ക് വലിയ താല്പര്യമൊന്നുമുണ്ടായിരുന്നില്ല. അതുകൊണ്ട്, ഐസക്കിന് കോളേജിൽ "സൈസർ" (sizar) ആകേണ്ടി വന്നു. ട്രിനിറ്റി കോളേജിലുള്ള ഒരു പരിപാടിയാണിത്. "സൈസർ" ആവുകയെന്നാൽ പഠിക്കുന്നയാൾ കോളേജിൽനിന്ന് ധനസഹായം പറ്റുകയെന്നർത്ഥം. ധനസഹായം പറ്റുന്നയാൾ പണക്കാരുപിള്ളേരെ സേവിക്കേണ്ടതാണ്.

ട്രിനിറ്റി കോളേജ്

സെസർ ആയതോടെ ന്യൂട്ടന്റെ കഷ്ടകാലം തുടങ്ങി. പണക്കാരുടെ മക്കൾ കോളേജിൽ വരുന്നത് പഠിക്കാനല്ലെന്ന് പറഞ്ഞല്ലോ. ന്യൂട്ടണ് അവരെയെല്ലാം ഒരുപോലെ വെറുപ്പായിരുന്നു. അവൻ കൂടുതൽക്കൂടുതൽ ഏകാകിയായി. അങ്ങനെയിരിക്കെയാണ് അവന് മനസ്സിനിണങ്ങിയ ഒരു ചങ്ങാതിയെ കിട്ടിയത്-ജോൺ വിക്കിൻസ്. അവർ താമസം ഒന്നിച്ചാക്കി. തുടർന്നുള്ള ഇരുപതുകൊല്ലവും അവർ ഒന്നിച്ചായിരുന്നു. ന്യൂട്ടന്റെ ചുരുക്കം ചില ദീർഘകാല സുഹൃത്തുക്കളിൽ ഒരാളാണ് വിക്കിൻസ്. വിക്കിൻസിന് ന്യൂട്ടണെക്കുറിച്ച് എന്തു പറയാനുണ്ടെന്ന് നമുക്കറിയാൻ ഒരു വഴിയുമില്ല. അദ്ദേഹം ഓർമ്മക്കുറിപ്പുകളൊന്നും എഴുതിയിട്ടില്ല. ലത്തീൻ, യവന ചിന്തകന്മാരെ ചുറ്റിപ്പറ്റിയാണ് ട്രിനിറ്റി കോളേജിലെ അന്നത്തെ വിദ്യാഭ്യാസം. അതിൽ പ്രധാനം അരിസ്റ്റോട്ടിലിന്റെ ചിന്തകൾ ആയിരുന്നു. യവനനായ അരിസ്റ്റോട്ടിൽ നല്ലൊരു ബുദ്ധിജീവിയായിരുന്നു. ബി. സി. നാലാം നൂറ്റാണ്ടിൽ ജീവിച്ചിരുന്ന അദ്ദേഹം അക്കാലത്തെ ഐസക് ന്യൂട്ടണായിരുന്നുവെന്ന് പറയുന്നതിൽ തെറ്റില്ല. രണ്ടായിരം വർഷങ്ങൾ കഴിഞ്ഞിട്ടും പല വിജ്ഞാനമേഖലകളും അദ്ദേഹത്തിന്റെ അറിവിനപ്പുറത്തേക്ക് ഒരിഞ്ചുപോലും മുന്നോട്ടുപോയില്ല.

അരിസ്റ്റോട്ടിൽ

സ്വന്തം നിരീക്ഷണങ്ങളെ അടിസ്ഥാനപ്പെടുത്തിയാണ് അരിസ്റ്റോട്ടിൽ തന്റെ സിദ്ധാന്തങ്ങൾ ചമച്ചത്. തന്റെ സിദ്ധാന്തങ്ങൾ മറ്റുള്ളവർക്ക് മനസ്സിലാകണമെന്ന് അദ്ദേഹത്തിന് വാശിയുണ്ടായിരുന്നു. ഇങ്ങനെയൊക്കെയാണെങ്കിലും, അദ്ദേഹം തന്റെ ചിന്തകളെ യാഥാർഥ്യവുമായി ചിലപ്പോഴൊക്കെ ഒത്തുനോക്കാറില്ലായിരുന്നു. ഒരുദാഹരണം നോക്കാം: ആണുങ്ങൾ പെണ്ണുങ്ങളേക്കാൾ കരുത്തുള്ളവരാണെന്ന് അദ്ദേഹം കരുതി. അതുകൊണ്ട്, ആണുങ്ങൾക്ക് പെണ്ണുങ്ങളേക്കാൾ കൂടുതലെണ്ണം പല്ലുകളുണ്ടെന്ന് അദ്ദേഹം വാദിച്ചു. സംഗതി യുക്തിക്ക് നിരക്കുന്നതാണെന്ന് അദ്ദേഹത്തിനു തോന്നി. സ്വന്തം ഭാര്യയുടെ പല്ലെങ്കിലും എണ്ണിനോക്കാൻ അദ്ദേഹത്തിന് തോന്നിയില്ല. എണ്ണിനോക്കിയിരുന്നുവെങ്കിൽ, അങ്ങേർക്കീ അബദ്ധം പറ്റില്ലായിരുന്നു. അദ്ദേഹം മരിച്ച് നൂറ്റാണ്ടുകൾ കഴിഞ്ഞിട്ടും വിദ്വാന്മാരിൽ പലരും അദ്ദേഹത്തെ ചോദ്യം ചെയ്തില്ല. അരിസ്റ്റോട്ടിൽ പറഞ്ഞതെന്തോ അതുതന്നെ സത്യമെന്നവർ മാനിച്ചു.-വിശ്വാസികൾ വേദപുസ്തകങ്ങളെ മാനിക്കുന്നതുപോലെ.

കോപ്പർ നിക്കസ്

ക്ലാസ്സ്മുറിയിൽ പഠിപ്പിക്കുന്നതിലൊന്നും ന്യൂട്ടണ് രസം കയറിയില്ല. അവയൊന്നും അദ്ദേഹം ശ്രദ്ധിച്ചതേയില്ല. ആകെയുള്ള ആശ്വാസം ലൈബ്രറി ആയിരുന്നു. കേംബ്രിഡ്ജിലെ ലൈബ്രറി നിറച്ചും പുസ്തകങ്ങളുണ്ടായിരുന്നു. ക്ലാസ്സിലിരുന്നു മുഷിയുന്നതിനു പകരം ലൈബ്രറിയിലിരുന്ന് വായിക്കാനാണ് ന്യൂട്ടൺ ഇഷ്ടപ്പെട്ടത്.

അരിസ്റ്റോട്ടിലിന്റെ വാദങ്ങൾ അപ്പടി വെള്ളം തൊടാതെ വിഴുങ്ങാത്ത ചിലർ പോയ നൂറ്റാണ്ടുകളിലുണ്ടായി. ചില തലതെറിച്ചവർ. പ്രപഞ്ചത്തിന്റെ സഞ്ചാരം പുതിയ രീതിയിൽ വിശദമാക്കാൻ തുനിഞ്ഞിറങ്ങിയവർ. "പ്രകൃതി ചിന്തകന്മാർ" എന്നാണ് അന്ന് അവരെ വിളിച്ചിരുന്നത്. ശാസ്ത്രജ്ഞൻ-scientist- എന്ന പദം അക്കാലത്ത് നിലവിലില്ലായിരുന്നു. അവരാണ് ഇന്നത്തെ ശാസ്ത്രത്തിന്റെ സ്ഥാപകന്മാർ. അവരെയാണ് ന്യൂട്ടൺ വായിക്കാൻ തുടങ്ങിയത്.

അരിസ്റ്റോട്ടിലിനെ വെല്ലുവിളിച്ച വിദ്വാന്മാരിൽ ഒരാളാണ് നിക്കൊളാസ് കോപ്പർനിക്കസ്-പതിനാറാം നൂറ്റാണ്ടിലെ ഒരു പ്രകൃതി ചിന്തകൻ. അദ്ദേഹത്തിന്റെ ആശയങ്ങൾ കൊള്ളാമെന്ന് ന്യൂട്ടണ് തോന്നി. അരിസ്തുവിന്റെ വാദപ്രകാരം പ്രപഞ്ചത്തിന്റെ കേന്ദ്രം ഭൂമിയാണ്. മറ്റെല്ലാ ആകാശഗോളങ്ങളും ഭൂമിയെ ചുറ്റുന്നു. ആ വാദത്തിൽ യുക്തിയില്ലെന്ന് കോപ്പർനിക്കസിന് തോന്നി. ഭൂമിയും ഇതര ഗോളങ്ങളും സൂര്യനു ചുറ്റും കറങ്ങുന്നുവെന്നതല്ലേ ശരി? അതല്ലേ യുക്തിയുക്തം? ന്യൂട്ടണും ആ ആശയമാണ് യുക്തിസഹമെന്ന് തോന്നി.

അരിസ്റ്റോട്ടിൽ പറഞ്ഞത് ശരിയാണെന്ന് ഒറ്റനോട്ടത്തിൽ എല്ലാർക്കും തോന്നിയതാണ്. നമ്മൾ നോക്കുമ്പോൾ കാണുന്നതെന്താ? മറ്റെല്ലാ ഗോളങ്ങളും ഭൂമിക്കു ചുറ്റും കറങ്ങുന്നു! പക്ഷേ, ആകാശത്തിലെ ഗ്രഹങ്ങളെ ശരിക്കും നിരീക്ഷിക്കുമ്പോൾ, അവയുടെ സഞ്ചാരം നോക്കുമ്പോൾ, അരിസ്റ്റോട്ടിൽ പറഞ്ഞത് അവ അനുസരിക്കുന്നില്ലെന്ന് ആർക്കും ബോദ്ധ്യമാകും.

കെപ്ലർ

ഗ്രഹങ്ങൾ അരിസ്റ്റോട്ടിലിനെ അനുസരിക്കാത്തതെന്തുകൊണ്ടെന്ന് വിശദീകരിക്കാൻ പലരും പാടുപെട്ടു. കോപ്പർനിക്കസ് പറഞ്ഞതു പ്രകാരം അവർ സംഗതികൾ നിരീക്ഷിച്ചപ്പോൾ കാര്യം വളരെ സ്പഷ്ടമായി. സൂര്യനു ചുറ്റുമാണ് ഗ്രഹങ്ങളുടെ സഞ്ചാരമെന്ന് സ്വീകരിച്ചപ്പോൾ എല്ലാ സംശയങ്ങളും മാറി. ഭൂമിക്കു ചുറ്റുമല്ല, കോപ്പർനിക്കസ് പ്രവചിച്ചതുപോലെ, സൂര്യനു ചുറ്റുമാണ് ഗോളങ്ങളുടെ ഭ്രമണം.

കോപ്പർനിക്കസിന്റെ ചിന്തകളെ മുമ്പോട്ട് കൊണ്ടുപോയ ഒരാൾ ഉണ്ടായിരുന്നു-യോഹന്നാസ് കെപ്ലർ. ന്യൂട്ടൺ അദ്ദേഹത്തേയും വായിച്ചു. സൂര്യനു ചുറ്റും വട്ടത്തിലാണ് (വൃത്താകൃതിയിൽ) ഗ്രഹങ്ങളുടെ ഭ്രമണമെന്നാണ് കോപ്പർനിക്കസ് സൂചിപ്പിച്ചത്. കെപ്ലർ ഈ ഭ്രമണപഥങ്ങളെ സാകൂതം പിന്തുടർന്നു; അവയുടെ സഞ്ചാരപഥം കൃത്യമായ് മനസ്സിലാക്കി. സഞ്ചാരപാത വൃത്താകൃതിയിലല്ല, ഒരു തരം അണ്ഡാകൃതിയിലാണെന്ന് കെപ്ലർ കണ്ടുപിടിച്ചു-“എലിപ്സ്”- ellipse-എന്ന് ഇംഗ്ലീഷിൽ പറയും.

കോപ്പർനിക്കസ്, കെപ്ലർ എന്നിവരെപ്പോലെ മറ്റൊരു ചിന്തകൻ ഗലീലിയോ ആയിരുന്നു. ഇറ്റലിയിൽ ജനിച്ച അദ്ദേഹം

ഗലീലിയോ

മരിക്കുന്നത് ന്യൂട്ടൺ ജനിച്ച വർഷത്തിലാണ്. അങ്ങേർക്ക് ഒരു ദൂരദർശിനി-telescope- ഉണ്ടായിരുന്നു. അതിലൂടെ ആകാശം നോക്കി അദ്ദേഹം പല അത്ഭുതസംഗതികളും കണ്ടെത്തി: ചന്ദ്രനിൽ കുന്നുകളുണ്ടെന്ന് കണ്ടു; അഗാധ ഗർത്തങ്ങളും; സൂര്യനിൽ കലകളുണ്ടെന്നും കണ്ടു. ഭൂമിയിലുള്ള എന്തിനേക്കാളും സുന്ദരവും ഒരു കുറവുമില്ലാത്തവയുമായിരിക്കണം ആകാശഗോളങ്ങളെന്ന് അരിസ്റ്റോട്ടിൽ വാദിച്ചിരുന്നു. ഗലീലിയോ കണ്ടതെല്ലാം അരിസ്റ്റോട്ടിൽ പറഞ്ഞതിന് എതിരായിരുന്നു. അദ്ദേഹം അരിസ്തുവുമായ് വിയോജിച്ചു. ചന്ദ്രനപ്പുറത്തുള്ള ഗോളങ്ങൾപോലും ഭൂമിയിലെ അതേ പദാർത്ഥങ്ങൾ കൊണ്ടുണ്ടാക്കിയവയാണെന്ന് ഗലീലിയോയുടെ ദൂരദർശിനി പറഞ്ഞു.

ആരെന്തു പറഞ്ഞാലും ഗലീലിയോ അത് അതുപോലെ വിശ്വസിക്കില്ല. ആ പറഞ്ഞത് ശരിയാണോ എന്ന് അദ്ദേഹം പരീക്ഷിച്ചു നോക്കും. അരിസ്റ്റോട്ടിൽ പറഞ്ഞ കാര്യങ്ങളും ശരിയാണോ എന്ന് അദ്ദേഹം പരീക്ഷിക്കുകയുണ്ടായി. ഭാരമുള്ള വസ്തുക്കൾ ഭാരമില്ലാത്തവയേക്കാൾ വേഗത്തിൽ താഴേക്ക് വീഴുമെന്ന് അരിസ്റ്റോട്ടിൽ

പറഞ്ഞിരുന്നു. കേൾക്കുമ്പോൾ യുക്തിസഹമെന്ന് തോന്നുന്ന ഒരു സംഗതിയാണിത്. പക്ഷേ, ഗലീലിയോയ്ക്ക് സംശയമുണ്ടായി. വാസ്തവത്തിൽ, സംഗതി അങ്ങനെയാണോ? അദ്ദേഹം അതു പരീക്ഷിക്കാൻ തീരുമാനിച്ചു. പിസായിലെ ചെരിഞ്ഞ ഗോപുരത്തിനു മുകളിൽനിന്ന് അദ്ദേഹം പന്തുകൾ താഴേക്കിട്ട് പരീക്ഷിച്ചു; അവ എത്ര വേഗത്തിലാണ് താഴേക്ക് പതിക്കുന്നതെന്ന് കണക്കാക്കി. അരിസ്റ്റോട്ടിൽ പറഞ്ഞത് ശരിയല്ലെന്ന് അദ്ദേഹത്തിന് ബോദ്ധ്യമായി: ഒരേ വലുപ്പവും രൂപവുമുള്ള വസ്തുക്കൾ, അവ എന്തുതന്നെയായാലും, ഒരേ ഉയരത്തിൽനിന്ന് താഴേക്ക് വീഴുന്നത് ഒരേ വേഗത്തിലാണ്-അവ ഭാരമുള്ളതായാലും, ഭാരം കുറഞ്ഞതായാലും.

കോപ്പർനിക്കസ്, കെപ്ലർ, ഗലീലിയോ തുടങ്ങിയവരെ വായിച്ചപ്പോൾ ന്യൂട്ടണ് ഒരു കാര്യം മനസ്സിലായി: ആശയങ്ങൾ എത്രതന്നെ യുക്തിക്കു നിരക്കുന്നതായാലും, അവ യാഥാർഥ്യവുമായ് പൊരുത്തപ്പെടണമെന്നില്ല. ആശയമെന്തായാലും, ലോകം അതനുസരിച്ചല്ലായെങ്കിൽ, പുതിയൊരാശയം പകരം കണ്ടെത്തേണ്ടതാണ്.

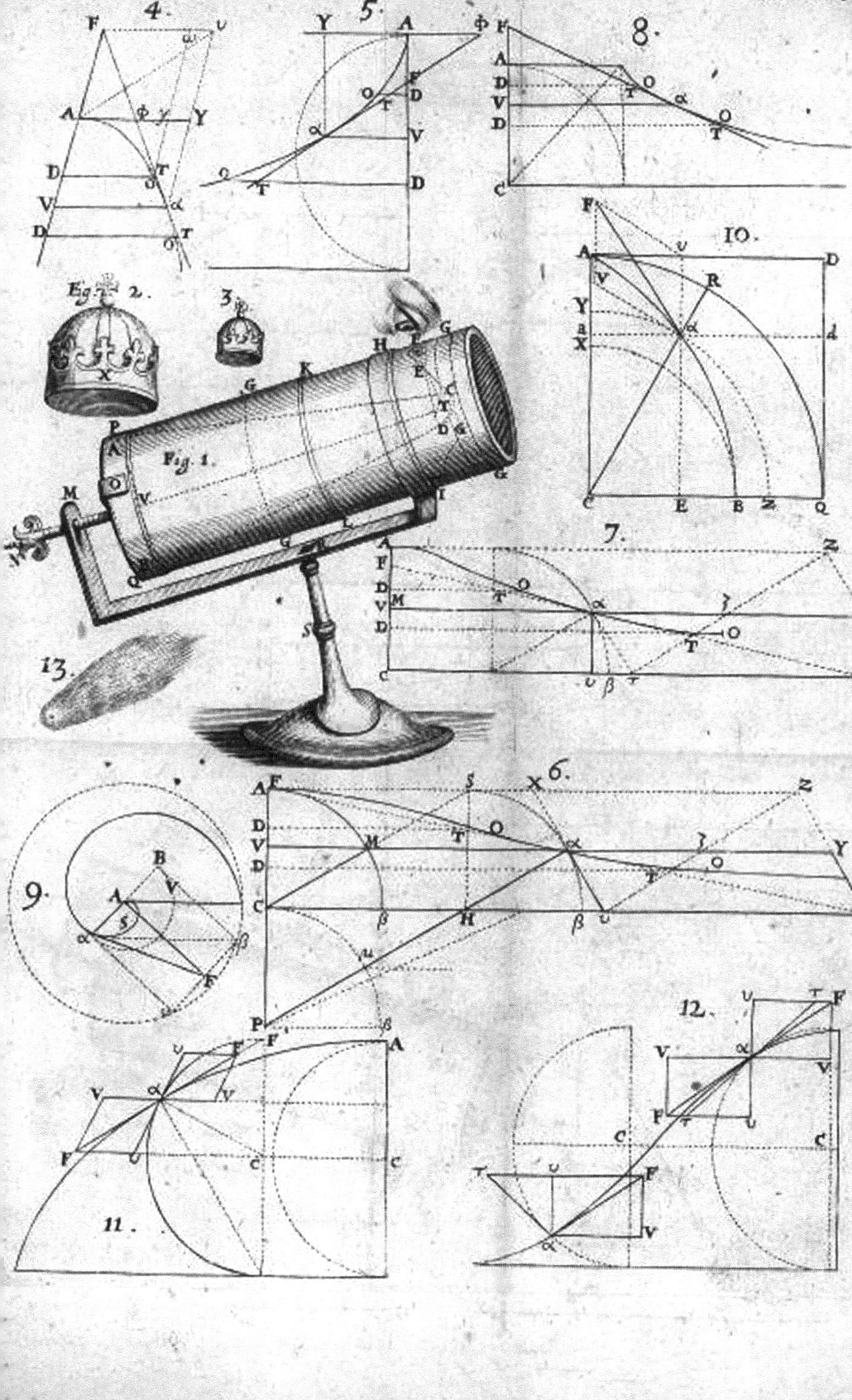
4.
5.
8.
10.
Fig. 2.
3.
Fig. 1.
7.
13.
6.
9.
12.
11.

3

കോംബ്രിഡ്ജിൽവെച്ച് ന്യൂട്ടൺ ഗണിതശാസ്ത്രം പഠിക്കാൻ തുടങ്ങി. ഗണിതം അദ്ദേഹത്തെ ആരും പഠിപ്പിച്ചതല്ല. അത് അദ്ദേഹം സ്വയം പഠിച്ചതാണ്. കണക്കു പഠിക്കാനുള്ള താൽപ്പര്യം അദ്ദേഹത്തിൽ ജനിച്ചത് സ്റ്റവർബ്രിഡ്ജിലെ (Stourbridge) മേള കണ്ടപ്പോഴാണ്. വലിയൊരു മേളയാണത്. എണ്ണമില്ലാത്തത്ര ആളുകൾ തടിച്ചു കൂടുന്ന മേള. കൃഷിക്കാരും വ്യാപാരികളും അവിടെ വരും; കന്നുകാലികളും, തുണികളും, കളിപ്പാട്ടങ്ങളുമൊക്കെ വില്പനയ്ക്കുണ്ടാകും. ജോഡികളായി വരുന്ന ചെറുപ്പക്കാരും, നർത്തകരും, സർക്കസ്സ് മൃഗങ്ങളുമൊക്കെ കാണും.

ബാലിശമായ ഇത്തരം മേളകളൊന്നും ന്യൂട്ടണ്, പൊതുവേ, ഇഷ്ടമല്ല. അവ കാണാനൊന്നും അദ്ദേഹം പോകാറില്ല. പക്ഷേ, ഒരു തവണ ഈ മേള കാണാൻ അദ്ദേഹം പോയി. അവിടെ അദ്ദേഹം പുസ്തകം വിൽക്കുന്ന ഒരാളെ കണ്ടു. അവിടെവെച്ച് അദ്ദേഹം ഒരു പുസ്തകം വാങ്ങി-ജ്യോതിഷ(astrology)സംബന്ധിയായ ഒരു പുസ്തകം.

ജ്യോതിഷത്തിലെ വിഷയം എന്താണെന്ന് അറിയാമല്ലോ, അല്ലേ? മനുഷ്യരുടെ ജീവിതത്തെ ആകാശത്തിലെ

സ്റ്റവർബ്രിഡ്ജിലെ (Stourbridge) മേള

ഗ്രഹതാരാഗണമാണ് ഭരിക്കുന്നതെന്നാണ് ജ്യോതിഷം പറയുന്നത്. ഗ്രഹങ്ങളെയും നക്ഷത്രങ്ങളെയും ഉപയോഗിച്ച് ജ്യോതിഷികൾ ഭാവി പ്രവചിക്കും; ഭൂമിയിലെ സംഭവങ്ങളെ നിയന്ത്രിക്കാൻ ശ്രമിക്കും. ന്യൂട്ടന്റെ കാലമായപ്പോഴേക്കും ജ്യോതിഷം സങ്കീർണ്ണമായിത്തീർന്നിരുന്നു; വളരെ വിശദമായ കണക്കുകളും പട്ടികകളും അതിൽ വന്നുചേർന്നിരുന്നു.

അക്കാലത്തെ ആളുകൾക്ക് ജ്യോതിഷത്തിൽ നല്ല വിശ്വാസമായിരുന്നു. ഇക്കാലത്തും ജ്യോതിഷ വിശ്വാസികൾക്ക് കുറവൊന്നുമില്ല. ന്യൂട്ടണ് ജ്യോതിഷത്തിലൊരു കൗതുകം തോന്നി. വാങ്ങിയ പുസ്തകം അദ്ദേഹം വായിച്ചു തുടങ്ങി. വായന അധികമാകുന്നതിനുമുമ്പേ അദ്ദേഹം താനതുവരെ കണ്ടിട്ടില്ലാത്ത, പ്രയാസമേറിയ, ഒരു കണക്കിലെത്തി. ആ കണക്ക് മനസ്സിലാക്കാൻ അദ്ദേഹത്തിന് മറ്റൊരു പുസ്തകത്തിന്റെ സഹായം ആവശ്യമായി വന്നു. സഹായത്തിനെത്തിയ പുസ്തകം മനസ്സിലാക്കാൻ താനതുവരെ

ഗ്രേറ്റ് ഫയർ ഓഫ് ലണ്ടൻ

പഠിച്ചിട്ടില്ലാത്ത തരം അടിസ്ഥാനഗണിതം പഠിക്കേണ്ടതുണ്ടെന്ന് അദ്ദേഹം തിരിച്ചറിഞ്ഞു: കണക്ക് പുതുപുത്തനായി വീണ്ടും താൻ പഠിക്കേണ്ടതുണ്ട്.

1665-ൽ ന്യൂട്ടൺ ബിരുദപരീക്ഷ പാസ്സായി. നല്ല മാർക്കൊന്നും കിട്ടുകയുണ്ടായില്ല. തനിക്ക് ഇഷ്ടമില്ലാത്ത വിഷയങ്ങളിൽ നിന്നാണ് കൂടുതൽ ചോദ്യങ്ങളുമുണ്ടായത്. എങ്കിലും, ബിരുദം നേടാനുള്ള ഭാഗ്യം ന്യൂട്ടണുണ്ടായി. ഇനി, കേംബ്രിഡ്ജിൽ താമസവും പഠിത്തവും തുടരാൻ ന്യൂട്ടണ് കഴിയും. മുറിവാടക കൊടുക്കേണ്ട; ഭക്ഷണവും സൗജന്യമായിരിക്കും. കേംബ്രിഡ്ജിലെ അന്തേവാസിയാകാനുള്ള എല്ലാ അവകാശവും ന്യൂട്ടണ് ലഭ്യമായി. അപ്പോഴാണ് ഇംഗ്ലണ്ടിൽ മൊത്തം പ്ലേഗ് പരന്നത്. സർവ്വകലാശാല പൂട്ടി; ന്യൂട്ടൺ ലിങ്കൺഷയറിലെ വീട്ടിലേക്ക് കെട്ടുകെട്ടി.

പ്ലേഗ് പരന്നതോടെ ലണ്ടൻ മരണപുരിയായി മാറി. ഇരുപതു ശതമാനത്തോളം ആളുകളെയാണ് രോഗം കൊന്നൊടുക്കിയത്. രോഗമൊന്ന് ശമിച്ചുവെന്നായപ്പോൾ, 1666-ൽ, ഒരു വമ്പൻ തീപ്പിടിത്തവുമുണ്ടായി. മൂന്നുദിവസത്തോളം തീയാളി. ഒരു ബേക്കറിയിൽ തുടങ്ങിയ തീ ലണ്ടനിലെ എൺപതു ശതമാനത്തോളം കെട്ടിടങ്ങളെ നശിപ്പിച്ചു. ആളുകളിൽ പലരും ഓടി രക്ഷപ്പെട്ടു.

തീ, മറ്റൊരു തരത്തിൽ ഒരനുഗ്രഹമായി. പഴകി ജീർണ്ണിച്ച കെട്ടിടങ്ങൾ കത്തിയമർന്നതോടെ, പ്ലേഗ് പരത്തിയ എലികൾക്ക് നിൽക്കക്കള്ളിയില്ലാതായി. പ്ലേഗ് അവസാനിക്കാൻ തീ ഒരു കാരണമായി.

അടുത്ത ഒന്നൊരക്കൊല്ലം ന്യൂട്ടണ് വീടായി ശരണം. മറ്റുള്ളവരുമായുള്ള സമ്പർക്കം മൂപ്പർക്ക് പണ്ടേ ഇഷ്ടമല്ലായിരുന്നല്ലോ. ഏകാകിയായതിൽ, അതുകൊണ്ട്, അദ്ദേഹം സന്തുഷ്ടനായി. തനിക്കാവശ്യമുള്ള വിഷയങ്ങളെപ്പറ്റി ചിന്തിക്കുന്നതിൽനിന്നും തന്നെ ആരും ശല്യപ്പെടുത്തില്ലല്ലോ. ആ ഒന്നരക്കൊല്ലം അദ്ദേഹത്തിന് ക്രിയാത്മകമായ ഒരിടവേളയായി. അദ്ദേഹം, പിന്നീട് പറഞ്ഞു:

"ആ ദിവസങ്ങളിൽ എനിക്ക് കണ്ടുപിടുത്തങ്ങൾക്കു പറ്റിയ പ്രായമായിരുന്നു."

കണ്ടുപിടുത്തം എന്നതുകൊണ്ട് അദ്ദേഹം ഉദ്ദേശിച്ചത്, പുതിയ പുതിയ ആശയങ്ങൾ ആലോചിച്ചെടുക്കുക എന്നായിരുന്നു.

എന്താണ് അദ്ദേഹം ഇത്ര ആലോചിച്ചു കൂട്ടിയത്? അവയിലൊന്ന് പുതിയൊരു ഗണിതശാസ്ത്രമായിരുന്നു. പഴയ ഗണിതം നല്ലതു തന്നെ. ചില പ്രശ്നങ്ങൾക്ക് അവ ഉത്തരമേകും. ഒരു വണ്ടിയുടെ വേഗം കണക്കുകൂട്ടാനൊക്കെ അതുപകരിക്കും. ന്യൂട്ടണ് താല്പര്യം, പക്ഷേ, മറ്റൊരു തരം കണക്കിലായിരുന്നു. എപ്പോഴും മാറിക്കൊണ്ടിരിക്കുന്ന സംഗതികളെക്കുറിച്ചാണ് അദ്ദേഹം ചിന്തിച്ചത്. ഒരു പീരങ്കിയുണ്ടയെ അന്തരീക്ഷത്തിലേക്ക് വിക്ഷേപിക്കുമ്പോൾ എന്തു സംഭവിക്കുന്നു? ആദ്യമത് മുകളിലേക്ക് വളഞ്ഞു പോകും; അതിന്റെ വേഗം കുറഞ്ഞുകുറഞ്ഞു വരും. എത്താവുന്നത്ര മുകളിലെത്തിയശേഷം അത് വീണ്ടും വളഞ്ഞു ഭൂമിയിലേക്ക് മടങ്ങും. നിലത്തോടടുക്കുന്തോറും അതിന്റെ വേഗം കൂടിക്കൂടി വരും. നോക്കൂ, ആ പീരങ്കിയുണ്ടയുടെ വേഗവും ദിശയും എപ്പോഴും മാറിക്കൊണ്ടിരിക്കുന്നു. ഒരു നിമിഷം പോലും അതു മാറാതിരിക്കുന്നില്ല. ഇത്തരമൊരു സഞ്ചാരത്തെ, അഥവാ ചലനത്തെ, വിവരിക്കുന്ന ഒരു ഗണിത സൂത്രവാക്യം എങ്ങനെയുണ്ടാക്കാം? അതാണ് ന്യൂട്ടൺ ആലോചിച്ചത്.

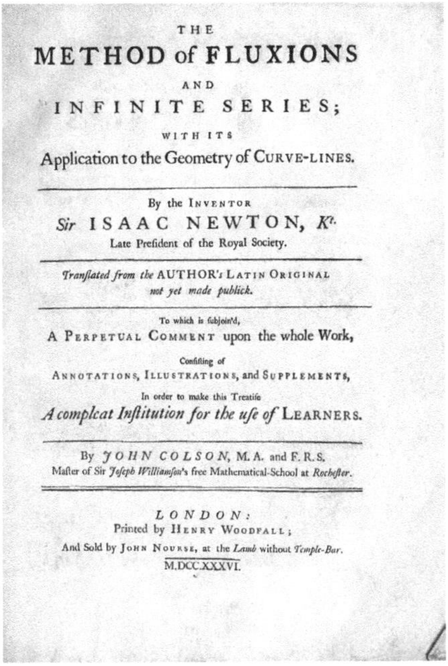
THE

METHOD of FLUXIONS

AND

INFINITE SERIES;

WITH ITS

Application to the Geometry of CURVE-LINES.

By the INVENTOR

Sir ISAAC NEWTON, *Kt.*

Late Prefident of the Royal Society.

Tranflated from the AUTHOR'S LATIN ORIGINAL *not yet made publick.*

To which is fubjoin'd,

A PERPETUAL COMMENT upon the whole Work,

Confifting of

ANNOTATIONS, ILLUSTRATIONS, and SUPPLEMENTS,

In order to make this Treatife

A compleat Inftitution for the ufe of LEARNERS.

By *JOHN COLSON*, M.A. and F.R.S.

Mafter of Sir *Jofeph Williamfon*'s free Mathematical-School at *Rocheſter*.

LONDON:

Printed by HENRY WOODFALL;

And Sold by JOHN NOURSE, at the *Lamb* without *Temple-Bar*.

M.DCC.XXXVI.

അത്തരമൊരു സൂത്രവാക്യത്തിലേക്കെത്താൻ തന്റേതായൊരു ഗണിതശാസ്ത്രം ന്യൂട്ടണുണ്ടാക്കി. അതിന് അദ്ദേഹമിട്ട പേരാണ് Method of Fluxions. Flux എന്ന വാക്കിൽനിന്നാണ് Fluxion വരുന്നത്. Flux എന്നു പറഞ്ഞാൽ 'നിരന്തര മാറ്റം'. മാറിക്കൊണ്ടിരിക്കുന്ന ഒരു വസ്തുവിലെ മാറ്റത്തിന്റെ തോതിനെയാണ് fluxion സൂചിപ്പിക്കുന്നത്. ഇന്നു നാം ഈ ഗണിതശാസ്ത്രവിഭാഗത്തെ "കാൽകുലസ്" (calculus) എന്ന് വിളിക്കുന്നു. ആധുനിക ഭൗതികശാസ്ത്രം-ദ്രവ്യത്തെയും, ഊർജ്ജത്തെയും, ചലനത്തെയും കുറിച്ചുള്ള പഠനം-കാൽകുലസ് ഇല്ലാതെ നടക്കില്ല.

4

സ്റ്റവർബ്രിഡ്ജ് മേളയിൽവെച്ച് ന്യൂട്ടൺ ഒരു പുസ്തകം വാങ്ങിയിരുന്നുവല്ലോ. പുസ്തകത്തിനൊപ്പം അദ്ദേഹം ഒരു പ്രിസവും (സമപാർശ്വകാചം) വാങ്ങിയിരുന്നു. സവിശേഷമായ രീതിയിൽ രൂപപ്പെടുത്തിയ ഒരു സ്ഫടികശകലമാണ് പ്രിസം. അതിലൂടെ വെളിച്ചത്തെ പായിച്ചാൽ ഒരു മഴവില്ല് കിട്ടും. ഇതിനെ വർണ്ണരാജി-spectrum-സ്പെക്ട്രം- എന്നാണ് പറയുക. വെളിച്ചത്തോട് ന്യൂട്ടണ് കമ്പമുണ്ടായിരുന്നു. അദ്ദേഹം താൻ വാങ്ങിയ പ്രിസംവെച്ച് കളിക്കാൻ തുടങ്ങി. വെളിച്ചത്തെക്കുറിച്ച് തനിക്കറിയാവുന്നതൊക്കെ അദ്ദേഹം പ്രിസംകൊണ്ട് പരീക്ഷിക്കാൻ തുടങ്ങി.

വെളിച്ചത്തെക്കുറിച്ച് അരിസ്റ്റോട്ടിൽ പറഞ്ഞത് എന്താണെന്ന് അറിയേണ്ടേ? വെളിച്ചം അതിന്റെ അടിസ്ഥാനരൂപത്തിൽ ശുദ്ധശുഭ്രമാണ്-പൂർണ്ണമായും വെളുത്തിട്ടാണ്. ശുഭ്രപ്രകാശത്തിൽ മാറ്റമുണ്ടായിട്ടാണ് മറ്റ് നിറങ്ങളുണ്ടാകുന്നത്. അൽപ്പമൊരു മാറ്റമുണ്ടായാൽ വെള്ള ചുവപ്പാകും; പിന്നെയും മാറ്റിയാൽ ഓറഞ്ചാകും. മാറ്റം കൂടുന്തോറും നിറങ്ങൾ മാറിമാറിവരും.

അരിസ്റ്റോട്ടിലിന് ചിലപ്പോഴൊക്കെ തെറ്റുപറ്റിയിട്ടുണ്ടെന്ന് ന്യൂട്ടണ് ഇപ്പോഴറിയാമല്ലോ. പ്രകാശത്തിന്റെ കാര്യത്തിലും അങ്ങേർക്ക് തെറ്റുപറ്റിയിട്ടുണ്ടോ? പ്രിസത്തിലൂടെ പ്രകാശത്തെ

പായിച്ചാൽ, പ്രകാശം വർണ്ണരാജിയിലെ നിറങ്ങളായി വിഭജിക്കപ്പെട്ടുമെന്ന് ന്യൂട്ടൺ കണ്ടു. വിഭജിതമായ ആ വർണ്ണരാജി മറ്റൊരു പ്രിസത്തിലൂടെ കടത്തിവിട്ടാൽ എന്തു സംഭവിക്കും? ശുഭ്രമായ പ്രകാശം നിറങ്ങളായ് മാറുന്നതാണെങ്കിൽ, രണ്ടാമതൊരു പ്രിസം പ്രകാശത്തിൽ കൂടുതൽ മാറ്റങ്ങളുണ്ടാക്കേണ്ടതല്ലേ? എന്നാൽ, കാര്യങ്ങൾ അങ്ങനെയല്ല സംഭവിക്കുന്നതെന്ന് ന്യൂട്ടൺ കണ്ടെത്തി. രണ്ടാമത്തെ പ്രിസം എല്ലാ നിറങ്ങളെയും വീണ്ടും വെള്ളവെളിച്ചത്തിന്റെ ഒരൊറ്റ കിരണമാക്കി മാറ്റുകയാണുണ്ടായത്.

ന്യൂട്ടൺ വീണ്ടും ആലോചനയിലായി. രണ്ടാമത്തെ പ്രിസത്തിലൂടെ ഒരു നിറത്തെ മാത്രം കടത്തിവിട്ടാൽ എന്തുണ്ടാകും? അദ്ദേഹം അതു പരീക്ഷിക്കാൻ പുറപ്പെട്ടു. ആദ്യം അദ്ദേഹം ഒരു പ്രിസത്തിലൂടെ വെളുത്ത വെളിച്ചത്തെ കടത്തി വിട്ട് ഒരു വർണ്ണരാജി ഉണ്ടാക്കി. പിന്നീടാ വർണ്ണരാജിയിലെ പച്ചനിറമുള്ള

മഴവില്ല്

രശ്മിമാത്രമെടുത്ത് രണ്ടാമതൊരു പ്രിസത്തിലൂടെ പായിച്ചു. അരിസ്റ്റോട്ടിൽ ശരിയാണെങ്കിൽ, ആദ്യത്തെ പ്രിസം വെള്ളവെളിച്ചത്തിൽ മാറ്റമുണ്ടാക്കിയിരിക്കണം. അപ്പോൾ, രണ്ടാമത്തെ പ്രിസം എന്തായിരിക്കും ചെയ്യുക? അത് പച്ചവെളിച്ചത്തെ വീണ്ടുമൊരു വർണ്ണരാജിയാക്കി മാറ്റുമോ? പച്ചയ്ക്ക് കടുപ്പം കൂടി നീലയാകുമോ? സംഭവിച്ചത് അതൊന്നുമല്ല. രണ്ടാം പ്രിസം ഒന്നും ചെയ്തില്ല. ഹരിതരശ്മി ഹരിതമായിത്തന്നെ നിലനിന്നു.

പ്രകാശത്തിന്റെ കാര്യത്തിൽ അരിസ്റ്റോട്ടിലിന് തെറ്റിയെന്ന് ന്യൂട്ടൺ മനസ്സിലാക്കി. അടിസ്ഥാനപരമായ് പ്രകാശത്തിന്റെ നിറം വെളുപ്പല്ല; വിവിധനിറങ്ങൾ കൂടിച്ചേർന്നാണ് വെളുപ്പുനിറമുണ്ടാകുന്നത്. വെളുത്തനിറത്തിൽ പ്രിസം മാറ്റമൊന്നുമുണ്ടാക്കുന്നില്ല. അത് വെള്ളവെളിച്ചത്തെ അതിന്റെ ഘടകനിറങ്ങളായി വേർതിരിക്കുന്നുവെന്നേയുള്ളൂ.

പ്രകാശത്തെക്കുറിച്ചുള്ള ഈ വിജ്ഞാനം ഒരു പ്രകൃതിരഹസ്യത്തിന്റെ ചുരുളഴിക്കാൻ ന്യൂട്ടണെ സഹായിച്ചു. ആകാശത്തിൽ മഴവില്ലുണ്ടാകുന്നതെങ്ങനെയെന്ന് അക്കാലത്ത് ആളുകൾക്ക് അറിയില്ലായിരുന്നു. അന്തരീക്ഷത്തിലെ വെള്ളത്തുള്ളികൾക്ക് പ്രിസങ്ങളാകാൻ കഴിയുമെന്ന് ന്യൂട്ടൺ തിരിച്ചറിഞ്ഞു; അവ സൂര്യനിൽനിന്നുള്ള വെള്ളവെളിച്ചത്തെ ചുവപ്പും, ഓറഞ്ചും, മഞ്ഞയും,

പച്ചയും, നീലയും, ഇൻഡിഗോയും, വയലറ്റും (VIBGYOR) ആക്കി വിഭജിക്കുന്നു. പ്രകൃതിയിലെ സമപാർശ്വകാചത്തിലൂടെ വെയിൽ കടന്നുപോകുമ്പോഴാണ് മഴവില്ലെന്ന വർണ്ണരാജി സംജാതമാകുന്നത്.

മഹാമാരി ഉഗ്രനൃത്തം ചെയ്യുന്ന കാലത്ത്, അമ്മവീട്ടിലിരിക്കവേയാണ് ഇതൊക്കെ ന്യൂട്ടൺ ചിന്തിച്ചുകൂട്ടിയതും കണ്ടുപിടിച്ചതും. കാൽക്കുലസും മഴവില്ലുമൊക്കെ തുടക്കം മാത്രമായിരുന്നു. ചലനത്തെക്കുറിച്ചുള്ള നിയമങ്ങളും ഗുരുത്വാകർഷണ സിദ്ധാന്തവുമൊക്കെ പിറകേ വരുന്നുണ്ടായിരുന്നു. അവയുടെ പേരിലാണല്ലോ ന്യൂട്ടൺ വിശ്വവിഖ്യാതനായത്.

ഒരു ചെറുപ്പക്കാരന് ഇത്രയും ചുരുങ്ങിയ വേളയിൽ അത്രയും കാര്യങ്ങൾ മനസ്സിലാക്കാൻ കഴിഞ്ഞത് ഒരു അത്ഭുതമല്ലേ? ആണല്ലോ. അതിനാൽ ന്യൂട്ടന്റെ ഈ കാലയളവിനെ annus mirabilis എന്നാണ് പറയുക. ലത്തീൻ ഭാഷയിൽ annus mirabilis എന്നു പറഞ്ഞാൽ വിസ്മയമയമായ വർഷങ്ങൾ എന്നാണ് അർത്ഥം.

ന്യൂട്ടന്റെ അമ്മവീട് ലിങ്കൺഷയറിലെ വൂൾസ്റ്റോപ്പിലായിരുന്നു. ധാരാളം ആപ്പിൾമരങ്ങളുള്ള നാട്ടുമ്പുറം. ഗ്രാവിറ്റി(ഗുരുത്വാകർഷണം)യെക്കുറിച്ചുള്ള ആദ്യത്തെ ആശയം തന്റെ തലയിൽ മിന്നിയത് ആപ്പിൾ വീഴുന്നത് കണ്ടിട്ടാണെന്ന് ന്യൂട്ടൺ തന്നെ പറഞ്ഞിട്ടുണ്ട്. ആപ്പിളും ഗ്രാവിറ്റിയും അങ്ങനെ ചരിത്രത്തിൽ പിരിയാത്തൊരു ബന്ധമുണ്ടായി.

വസ്തുക്കൾ താഴേക്ക് വീഴുന്നതിന് ഒരു കാരണമുണ്ടെന്ന് അരിസ്റ്റോട്ടിലും പറഞ്ഞിരുന്നു. ഭാരമുള്ള വസ്തുക്കൾക്ക് താഴേക്ക് പോകാൻ സഹജമായൊരു വാസനയുള്ളതാണ് അതിനു കാരണം. ഇക്കാര്യത്തിലും അരിസ്റ്റോട്ടിലിനു തെറ്റുപറ്റിയെന്ന് ന്യൂട്ടണ് തോന്നി. വസ്തുക്കൾക്ക് താഴേക്ക് വീഴാൻ സഹജമായൊരു വാസനയുണ്ടെന്നത് അസംബന്ധമായാണ് അദ്ദേഹത്തിന് അനുഭവപ്പെട്ടത്. ഭൂമിയിലേക്ക് വസ്തുക്കളെ വലിക്കുന്ന ഏതോ

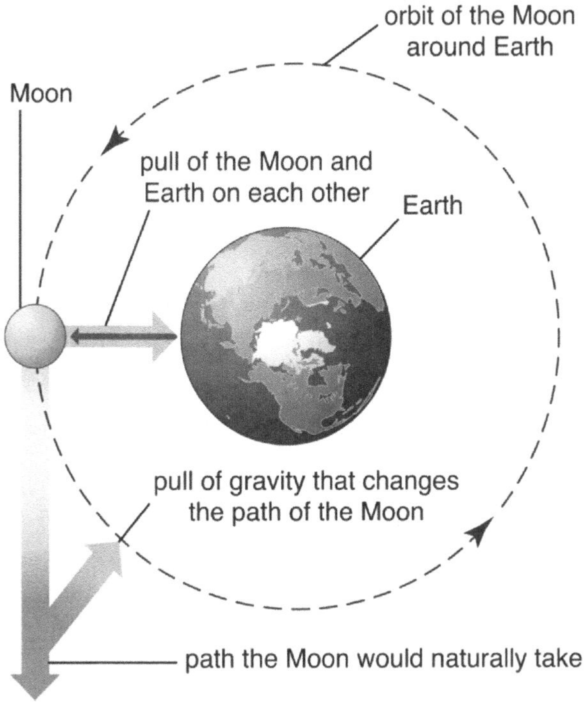

ഒരു ശക്തി ഉണ്ടായിരിക്കണം. അതാകണം അവ താഴേക്കു വീഴുവാനുള്ള കാരണം.

അങ്ങനെ ഒരു ശക്തിയുണ്ടെങ്കിൽ, അതിനെത്രത്തോളം ഉയരംവരെ വസ്തുക്കളെ സ്വാധീനിക്കാൻ കഴിയും? അത്തരമൊരു ശക്തിക്ക് യാതൊരു പരിധിയുമില്ലെന്ന നിഗമനത്തിലേക്കാണ് ന്യൂട്ടൺ എത്തിച്ചേർന്നത്. ആപ്പിളിനെ ആകർഷിക്കുന്ന അതേ ബലം തന്നെയാണ് ചന്ദ്രനെയും ഇതര ഗ്രഹങ്ങളെയും ആകർഷിക്കുന്നത്.

ഇതൊരു നൂതനാശയമായിരുന്നു. ആളുകളെ അതിശയിപ്പിക്കുന്ന ആശയം. പ്രപഞ്ചത്തിന് രണ്ടു തലങ്ങളുണ്ടെന്നാണ് അതുവരെയും ആളുകൾ നിനച്ചിരുന്നത്. അതിലൊരു തലം ഭൂമിയാണ്. മറ്റേത് ചന്ദ്രനപ്പുറത്തുള്ള ലോകം. ഭൂലോകത്ത്

പ്രവർത്തിക്കുന്ന ശക്തികളല്ല ആ ലോകത്തിലെ ശക്തികൾ. അവ തീർത്തും വിഭിന്നമായ ശക്തികളാണ്. അതിനർത്ഥമെന്താ? ഭൂമിക്കപ്പുറത്തുള്ള പ്രപഞ്ചത്തെക്കുറിച്ച് ഭൂമിയിലുള്ളവർക്കാർക്കും ഒന്നുമറിയാൻ കഴിയില്ല. ഇതായിരുന്നു ന്യൂട്ടന്റെ കാലത്തെ വിശ്വാസം.

ന്യൂട്ടൺ ഈ വിശ്വാസം തിരുത്തി. താഴേക്കു വീഴുന്ന ആപ്പിളിനെ മനസ്സിലാക്കിയാൽ പ്രപഞ്ചത്തിൽ എവിടെയുമുള്ള ശക്തികളെക്കുറിച്ച് പഠിക്കാൻ പറ്റുമെന്ന് അദ്ദേഹത്തിന് തോന്നി. അതേക്കുറിച്ച് ആലോചിക്കുന്തോറും അദ്ദേഹത്തിന് ആ വിശ്വാസം കൂടിക്കൂടിവന്നു. ആപ്പിളിനെ ഭൂമിയിലേക്ക് വീഴ്ത്തുന്ന അതേ ശക്തി തന്നെയാണ് ചന്ദ്രനെക്കൊണ്ട് ഭൂമിയെ വലംവെപ്പിക്കുന്നത്. അതല്ലെങ്കിൽ, ചന്ദ്രൻ മറ്റെങ്ങോട്ടേക്കോ പാറിപ്പറന്നുപോയേനെ.

ഈ ചിന്തകളൊക്കെ ഒരുപാടുകാലം കഴിഞ്ഞാണ് ന്യൂട്ടൺ മറ്റാരെങ്കിലുമായി പങ്കുവെക്കുന്നത്. തന്റെ കണ്ടുപിടുത്തങ്ങൾ പരസ്യമാക്കാൻ അദ്ദേഹത്തിന് വലിയ മടിയായിരുന്നു. എല്ലാ കാര്യങ്ങളും വിശദമായ് പഠിച്ച് പൂർണ്ണമാക്കിയതിനുശേഷം മാത്രമേ ആരോടെങ്കിലുമത് പറയാൻ അദ്ദേഹം സന്നദ്ധനായിരുന്നുള്ളൂ. ആരെങ്കിലും ഒരു തെറ്റു കണ്ടുപിടിക്കുന്നത് അദ്ദേഹത്തിന് സഹിക്കാൻ പറ്റുമായിരുന്നില്ല. തന്റെ ധീര നൂതനചിന്തകൾ തന്നിൽത്തന്നെ സൂക്ഷിച്ചുവെക്കാനാണ് അദ്ദേഹം ഇഷ്ടപ്പെട്ടത്.

5

1667-ൽ പ്ലേഗ് ഇംഗ്ലണ്ടിൽ നിന്ന് പൂർണ്ണമായും പിൻവാങ്ങി. ന്യൂട്ടൺ കേംബ്രിഡ്ജിൽ തിരിച്ചെത്തി. അക്കാലത്ത് അവിടെ ഒരു പ്രഫസർ ഉണ്ടായിരുന്നു-കേംബ്രിഡ്ജിലെ ആദ്യത്തെ ഗണിതാദ്ധ്യാപകൻ-ഐസക് ബാരോ. അദ്ദേഹം ന്യൂട്ടന്റെ കണ്ടുപിടുത്തങ്ങൾ മണത്തറിഞ്ഞു. അവയിലേതെങ്കിലുമൊന്ന് ലോകത്തിന് പരിചയപ്പെടുത്താൻ അദ്ദേഹം ന്യൂട്ടണോട് പറഞ്ഞു.

1669-ൽ ന്യൂട്ടൺ ബാരോയെ ഒരു പ്രബന്ധം കാണിച്ചു-കാൽകുലസ്സിനെ (Method of Fluxion) സംബന്ധിച്ച പ്രബന്ധം. കണക്കിലെ ഈ പുതിയ സൂത്രം ബാരോയെ അമ്പരപ്പിച്ചു. ഇതൊന്നും രഹസ്യമാക്കിവെക്കാനുള്ളതല്ല; ന്യൂട്ടൺ മാത്രമല്ല, ലോകം മുഴുവൻ ഇതറിയേണ്ടതാണ്- അതായിരുന്നു ബാരോയുടെ നിലപാട്. സ്വകാര്യസ്വത്താക്കി വെക്കുന്നതിനേക്കാൾ ഗൗരവവും പ്രാധാന്യവും അതിനുണ്ട്. ബാരോ ആവശ്യപ്പെട്ട പ്രകാരം ന്യൂട്ടൺ ആ ലേഖനം മറ്റുചിലരെ-ചുരുക്കം ചിലരെ-വായിക്കാൻ അനുവദിച്ചു. അപ്പോഴും അതു പ്രസിദ്ധീകരിക്കാൻ അദ്ദേഹം തയ്യാറായതേയില്ല.

ഒക്ടോബർ, 1669-ൽ ബാരോ കേംബ്രിഡ്ജ് വിട്ടു. ന്യൂട്ടണെക്കുറിച്ച് അദ്ദേഹത്തിന് നല്ല മതിപ്പുണ്ടായിരുന്നതിനാൽ, തന്റെ

കസേരയിൽ അദ്ദേഹത്തെ ഇരുത്താനുള്ള ഒരുക്കങ്ങൾ നടത്തി. അങ്ങനെ, ന്യൂട്ടൺ കേംബ്രിഡ്ജിൽ ഗണിതത്തിന്റെ പ്രഫസറായി. ബാരോ കാരണം, ന്യൂട്ടണ് താനാഗ്രഹിച്ചതുപോലൊരു ജീവിതം നയിക്കാനുള്ള അവസരം ലഭിച്ചു. ജോലി അധികമൊന്നുമുണ്ടായിരുന്നില്ല. കുറച്ചു ക്ലാസ്സെടുക്കണം- അത്ര തന്നെ. പക്ഷേ, അദ്ദേഹത്തിന്റെ ക്ലാസ്സ്, വിദ്യാർത്ഥികൾക്ക് സഹിക്കാൻ പറ്റാത്തതായിരുന്നു-അത്ര വിരസം. മൂപ്പർ പറയുന്നത് ഒരുത്തനും മനസ്സിലായില്ല. ക്രമേണ, ആരും അദ്ദേഹത്തിന്റെ ക്ലാസ്സിൽ ഇരിക്കാതായി. ന്യൂട്ടണ് അതൊന്നും ഒരു കാര്യമേ ആയിരുന്നില്ല. അങ്ങേർക്കും വിദ്യാർത്ഥികളിലോ മറ്റ് അദ്ധ്യാപകരിലോ യാതൊരു താല്പര്യവുമുണ്ടായിരുന്നില്ല. തനിക്കു കൊള്ളാത്ത കുപ്പായവുമിട്ട്, ചീകിവെക്കാതെ തൂങ്ങിയാടുന്ന വെള്ളിമുടിയുമായി, സർവ്വകലാശാലയിൽ ചുറ്റിയടിച്ച് അദ്ദേഹം നേരം പോക്കി.

ന്യൂട്ടണ് ഒരു പൂച്ചയുണ്ടായിരുന്നു. ആദ്യമൊക്കെ മെലിഞ്ഞിരുന്ന പൂച്ച പെട്ടെന്നാണ് തടിച്ചു ചീർത്തത്. എന്തായിരുന്നു ആ തടിയുടെ രഹസ്യം? ന്യൂട്ടന് കഴിക്കാനുള്ള ഭക്ഷണം പലപ്പോഴും പൂച്ചയാണ് കഴിച്ചിരുന്നത്. താൻ ഭക്ഷണം കഴിച്ചുവോ, ഇല്ലയോ എന്ന് ന്യൂട്ടണ് പലപ്പോഴും നിശ്ചയമുണ്ടായിരുന്നില്ല. അദ്ദേഹം അത്ര തിരക്കിട്ട ചിന്തകളിലായിരുന്നു. രാത്രി ഉറങ്ങുന്നതുപോലും വളരെക്കുറച്ചു നേരത്തേക്കു മാത്രമാണ്. അതും പലപ്പോഴും കിടക്കയിലായിരിക്കില്ല.

ഗ്രഹങ്ങളുടെ സഞ്ചാരത്തെക്കുറിച്ച് ന്യൂട്ടണ് കൂടുതൽ പഠിക്കണമെന്നുണ്ടായിരുന്നു. അതു പഠിക്കാൻ ദൂരദർശിനി വേണം. സാധാരണ ദൂരദർശിനി പോര; കൂടുതൽ ശക്തിയുള്ളത് വേണം. അക്കാലത്തുള്ള ദൂരദർശിനികളൊന്നും അദ്ദേഹത്തിന് മതിയായില്ല. അവയുണ്ടാക്കുന്ന പ്രതിബിംബങ്ങൾക്ക് മിഴിവ് പോരായിരുന്നു; നിറങ്ങൾ കലങ്ങിയിരുന്നു.

മിഴിവുള്ള പ്രതിബിംബങ്ങൾ നൽകുന്ന ഒരു ദൂരദർശിനി വേണം. അതിനുവേണ്ടി ന്യൂട്ടൺ താൻ പ്രകാശത്തെക്കുറിച്ച് പഠിച്ച പാഠങ്ങൾ ഉപയോഗപ്പെടുത്തി. പ്രശ്നമുണ്ടാക്കുന്നത് ലെൻസാണ്.

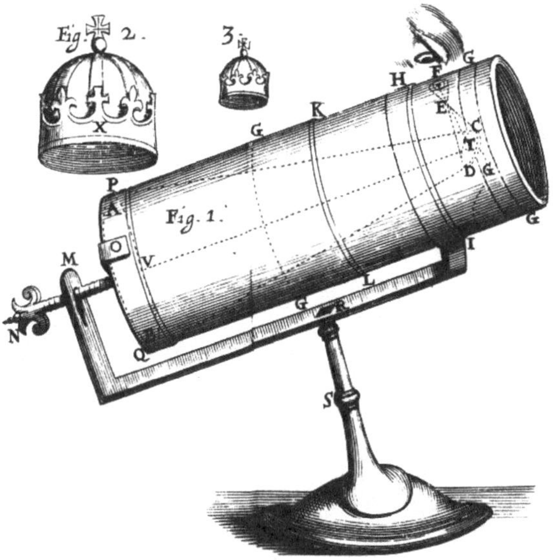

ന്യൂട്ടന്റെ ദൂരദർശനി

ലെൻസിലൂടെ പ്രകാശം കടന്നുപോകുമ്പോൾ അതൊരു പ്രിസത്തെപ്പോലെയാണ് പെരുമാറുക. അത് പ്രകാശത്തെ വിവിധ വർണ്ണങ്ങളാക്കി വിഭജിക്കുന്നു. അതോടെ, പ്രകാശം കേന്ദ്രീകരിക്കപ്പെടാതെ പോകുന്നു; പ്രതിബിംബം മങ്ങിപ്പോകുന്നു.

ദൂരദർശിനി ഉണ്ടാക്കാൻ മറ്റൊരു മാർഗ്ഗമുണ്ടെന്ന് ന്യൂട്ടൺ മനസ്സിലാക്കിയിരുന്നു-ലെൻസ് ഉപയോഗിച്ചല്ല, കണ്ണാടികൾ ഉപയോഗിച്ച്. കണ്ണാടി പ്രശ്നം പരിഹരിച്ചേക്കാം. കാരണം, കണ്ണാടി പ്രകാശത്തെ പ്രതിഫലിപ്പിക്കുകയേയുള്ളൂ, അത് ലെൻസിലൂടെ കടന്നുപോകുന്നതുപോലെയല്ലല്ലോ. പക്ഷേ, ഒരു കുഴപ്പമുണ്ടായിരുന്നു: അതുവരെയാരും കണ്ണാടികൊണ്ട് ദൂരദർശിനി ഉണ്ടാക്കുന്നതിൽ വിജയിച്ചിട്ടില്ല.

കുട്ടിയായിരുന്നപ്പോൾ ന്യൂട്ടൺ ധാരാളം മാതൃകകൾ (models) ഉണ്ടാക്കിയിട്ടുണ്ട്. അന്നത്തെ സാമർഥ്യമുപയോഗിച്ച് അദ്ദേഹം

ഒരു ദൂരദർശിനി മാതൃകയുണ്ടാക്കി-പ്രകാശത്തെ കടത്തിവിടാത്ത, പ്രതിഫലിപ്പിക്കുക മാത്രം ചെയ്യുന്ന ഒരു ദൂരദർശിനി. അതിനേക്കാൾ പത്തിരട്ടി വലുപ്പമുള്ള ലെൻസ് ദൂരദർശിനിപോലും അത്ര നന്നായ് പ്രവർത്തിക്കുമായിരുന്നില്ല.

6

ലണ്ടനിൽ ഒരു ക്ലബ്ബ് ഉണ്ടായിരുന്നു. പേര്, റോയൽ സൊസൈറ്റി. 1660-ലാണ് ഇതിന്റെ സ്ഥാപനം. ശാസ്ത്രപരീക്ഷണങ്ങൾ നിരീക്ഷിക്കാനും ശാസ്ത്രത്തെക്കുറിച്ച് സംസാരിക്കാനും ഇവിടെ വിദ്വാന്മാർ ഒത്തുകൂടും. ആഴ്ചയിൽ ഒരിക്കലാണ് യോഗം കൂടുക. ന്യൂട്ടന്റെ ദൂരദർശിനി ഈ വിദ്വാന്മാരുടെ ശ്രദ്ധ പിടിച്ചുപറ്റി.

റോയൽ സൊസൈറ്റിയിലെ അംഗങ്ങൾ, വിജ്ഞാനം പുരോഗമിക്കണമെങ്കിൽ ആശയങ്ങൾ ചർച്ചചെയ്യപ്പെടണമെന്ന വിശ്വാസമുള്ളവരായിരുന്നു. ആശയങ്ങളെ സ്വീകരിക്കുകയോ വിമർശിക്കുകയോ ചെയ്യുന്നതിലൂടെ അവ പുരോഗമിക്കും. “Nullius in Verba” എന്നതായിരുന്നു സൊസൈറ്റിയുടെ മുദ്രാവാക്യം-അതായത്, “ആര് പറയുന്നതും മുഖവിലക്കെടുക്കരുത്”.

ന്യൂട്ടന്റെ കാലത്ത് റോയൽ സൊസൈറ്റി പോലുള്ള ക്ലബ്ബുകൾ എമ്പാടും മുളച്ചു പൊങ്ങിയിരുന്നു. ഈ കാലഘട്ടത്തെ, പൊതുവേ, “പ്രബോധോദയ യുഗം” (Age of Enlightenment) എന്നാണ് വിളിക്കാറ്. “പ്രബോധോദയം” (Enlightenment) എന്നാൽ, ആളുകൾ ചിന്തിക്കുന്ന രീതിയെ മാറ്റാൻ കഴിവുള്ള അറിവ് പഠിച്ചെടുക്കുക എന്നർത്ഥം. അക്കാലത്തെ പണ്ഡിതന്മാർ ഒന്നിച്ച് പ്രവർത്തിക്കുന്നതിൽ വിശ്വസിച്ചവരായിരുന്നു. കാര്യങ്ങൾ

റോയൽ സൊസൈറ്റി

മനസ്സിലാക്കുന്നതിന് അവർ മതത്തേയോ അന്ധവിശ്വാസത്തേയോ കൂട്ടുപിടിച്ചില്ല. അവർക്ക് വഴികാട്ടിയത് യുക്തിയും, നിരീക്ഷണവുമാണ്.

പ്രബോധോദയ യുഗത്തിലെ മഹാവ്യക്തിത്വങ്ങളിൽ ഒരാളാണ് ന്യൂട്ടൺ. പക്ഷേ, അങ്ങേരുടെ സ്വഭാവം ആ യുഗത്തിലെ ആദർശത്തിന് നിരക്കാത്തതായിരുന്നു: മറ്റുള്ളവരുടെ ഉപദേശം ന്യൂട്ടൺ സ്വീകരിക്കില്ല; തന്റെ ഗവേഷണം കുറ്റമറ്റതാകാതെ അദ്ദേഹമത് മറ്റുള്ളവരെ അറിയിക്കില്ല; എല്ലാം രഹസ്യമാക്കി വെക്കും; പരസ്യമാക്കിയാൽത്തന്നെ അത് മറ്റുള്ളവരുമായ് ചർച്ച ചെയ്യാൻ അദ്ദേഹം ഒട്ടും ഇഷ്ടപ്പെട്ടില്ല. ആരെങ്കിലും അദ്ദേഹത്തെ ചോദ്യം ചെയ്താൽ, അല്ലെങ്കിൽ, അദ്ദേഹം തെറ്റാണെന്ന് പറഞ്ഞാൽ, ന്യൂട്ടൺ അയാളെ കടിച്ചു കീറും.

ഇങ്ങനെയൊക്കെയാണെങ്കിലും, തന്റെ ദൂരദർശിനിയിൽ റോയൽ സൊസൈറ്റി താൽപ്പര്യം പ്രകടിപ്പിച്ചതിൽ ന്യൂട്ടണ്

നീരസമുണ്ടായില്ല. റോയൽ സൊസൈറ്റി വളരെ പ്രധാനപ്പെട്ടൊരു ക്ലബ്ബായിരുന്നല്ലോ. സൊസൈറ്റിക്കാരെ ദൂരദർശിനി കാണിക്കാൻ അദ്ദേഹം സമ്മതിച്ചു. അങ്ങനെ, 1671-ൽ, ലണ്ടനിൽ ന്യൂട്ടന്റെ ദൂരദർശിനി പ്രദർശിപ്പിക്കപ്പെട്ടു. ഐസക് ബാരോയാണ് അത് പ്രദർശിപ്പിച്ചത്. പ്രദർശനം വലിയൊരു സംഭവമായി. രാജാവിനുപോലും നല്ല മതിപ്പുണ്ടായി. ന്യൂട്ടൺ ഒരു ദൂരദർശിനി റോയൽ സൊസൈറ്റിക്ക് ദാനം ചെയ്തു. സൊസൈറ്റി, പ്രത്യുപകാരമായി, ന്യൂട്ടണെ ക്ലബ്ബിലെ അംഗമാക്കി.

1672-ലാണ് ന്യൂട്ടൺ റോയൽ സൊസൈറ്റിയിലെ അംഗമാകുന്നത്. അതോടെ, അദ്ദേഹത്തിന്റെ സ്വഭാവത്തിലും ചെറിയൊരു മാറ്റമുണ്ടായി. അദ്ദേഹം പ്രബോധോദയ യുഗത്തിലെ പണ്ഡിതന്മാരെപ്പോലെ പെരുമാറാൻ ശീലിച്ചു തുടങ്ങി; തന്റെ ഗവേഷണങ്ങൾ സ്വകാര്യമാക്കിവെക്കാതെ മറ്റുള്ളവരുമായി പങ്കുവെക്കാൻ ശീലിച്ചു. അഞ്ചുകൊല്ലം മുമ്പ് വെളിച്ചത്തെക്കുറിച്ച് താൻ ചെയ്ത ഗവേഷണത്തെപ്പറ്റിയുള്ള ഒരു ലേഖനം അദ്ദേഹം റോയൽ സൊസൈറ്റിയിലെ അംഗങ്ങൾക്ക് അയച്ചുകൊടുത്തു. തന്റെ ഗവേഷണം വളരെ പ്രധാനപ്പെട്ടതാണെന്ന് സ്വൽപ്പം വീമ്പിളക്കാനും അദ്ദേഹം മടിച്ചില്ല:

"പ്രകൃതിയിലെ പ്രവർത്തനങ്ങളിലേക്കുള്ള ഏറ്റവും മഹത്തായ അന്വേഷണമാണ് ഇതെന്ന് വരികില്ലെങ്കിലും, ഏറ്റവും വിചിത്രമായ ഒരു കണ്ടുപിടുത്തമാണിത്."

താൻ ചെയ്ത പരീക്ഷണങ്ങൾ വിവരിച്ചതിനുശേഷം, അവ ആവർത്തിക്കുവാൻ സൊസൈറ്റിയിലെ അംഗങ്ങളോട് അദ്ദേഹം ആവശ്യപ്പെട്ടു. പരീക്ഷണഫലം ഒന്നുതന്നെയാണോയെന്ന് പരിശോധിക്കാമല്ലോ.

തുടക്കത്തിൽ കാര്യങ്ങൾ കുഴപ്പമില്ലാതെ നീങ്ങി.

"അങ്ങയുടെ ലേഖനം പ്രത്യേകം ശ്രദ്ധിക്കപ്പെട്ടു; അസാധാരണമായ കയ്യടിയാണ് അതിന് ലഭിച്ചത്,"

സൊസൈറ്റിയിലെ ഒരംഗം ന്യൂട്ടണ് എഴുതി. പക്ഷേ, ന്യൂട്ടൺ പറഞ്ഞതെല്ലാം എല്ലാവരും അംഗീകരിച്ചില്ല. ചിലർക്ക്

റോബർട്ട് ഹുക്ക്

ചോദ്യങ്ങളുണ്ടായിരുന്നു. പരീക്ഷണങ്ങൾ ചെയ്ത ചിലർ, അവ വിജയിച്ചില്ലെന്ന് പറഞ്ഞു. അവരെല്ലാം തന്നെ ആക്രമിക്കുന്നുവെന്നാണ് ന്യൂട്ടണ് തോന്നിയത്. മൂപ്പർ തിരിച്ചാക്രമിച്ചു.

ഒരാൾ പ്രത്യേകിച്ചും ന്യൂട്ടണെ ദേഷ്യം പിടിപ്പിച്ചു. അയാളാണ് റോബർട്ട് ഹുക്ക്. സൊസൈറ്റിയുടെ യോഗത്തിൽ പരീക്ഷണങ്ങൾ കാണിച്ച് തെളിയിക്കലാണ് ഹുക്കിന്റെ ജോലി. ന്യൂട്ടൺ പറഞ്ഞ മിക്ക കാര്യങ്ങളും അദ്ദേഹം സമ്മതിച്ചതാണ്. പക്ഷേ, ന്യൂട്ടൺ പറയുന്നതെല്ലാം പരീക്ഷണങ്ങൾ തെളിയിക്കുന്നില്ലെന്ന് അദ്ദേഹം പറഞ്ഞുകളഞ്ഞു.

ഇത്തരം വിവാദങ്ങൾ ശാസ്ത്രജ്ഞർക്കിടയിൽ പതിവാണ്. ആശയങ്ങളിലെ പ്രശ്നങ്ങൾക്ക് പരിഹാരം ആരായാനും പുതിയ കണ്ടുപിടുത്തങ്ങൾ നടത്താനും അവ വഴിവെക്കും. പക്ഷേ, നിർഭാഗ്യമെന്ന് പറയട്ടെ, ന്യൂട്ടണും ഹുക്കും അഭിമാനം പെട്ടെന്ന്

വ്രണപ്പെടുന്ന ക്ഷിപ്രകോപികളായിരുന്നു. അവർ ആശയങ്ങൾ ചർച്ച ചെയ്യുക മാത്രമല്ല, കടിപിടികൂടുകയും ചെയ്തു. കലഹം വഷളായി. അവർ പരസ്പരം ചീത്ത വിളിച്ചു. ആശയങ്ങൾ അപഹരിക്കുന്നുവെന്ന് പരസ്പരം കുറ്റപ്പെടുത്തി. ചുരുക്കിപ്പറഞ്ഞാൽ, രണ്ടുപേരും ആജന്മശത്രുക്കളായി.

ആശയങ്ങൾ കൊടുക്കലും വാങ്ങലും ന്യൂട്ടന്റെ ജീവിതത്തിലില്ലാത്തതാണ്. അദ്ദേഹത്തിന് ഒറ്റയ്ക്ക് ഗവേഷണം ചെയ്യാണ് ശീലം; അതാണിഷ്ടം. അദ്ദേഹം ജോലി ചെയ്തത് അവനവന്റെ ആത്മസുഖത്തിനു വേണ്ടിയാണ്.

"നിസ്സാരവും ശല്യമുണ്ടാക്കുന്നതുമായ ഇത്തരം വാഗ്വാദത്തിന് ഞാനില്ല," അദ്ദേഹം പ്രഖ്യാപിച്ചു.

തന്റെ ഏകാന്തതയിലേക്ക് അദ്ദേഹം വിടവാങ്ങി.

7

പണ്ഡിതന്മാരുമായ് വഴക്കിടുന്നത് മാത്രമായിരുന്നില്ല ന്യൂട്ടണു ണ്ടായിരുന്ന കുഴപ്പം. മറ്റൊരു കുഴപ്പം കൂടി അണിയറയിൽ ഒരുങ്ങുന്നുണ്ടായിരുന്നു. കേംബ്രിഡ്ജ് യൂണിവേഴ്സിറ്റിയിലെ ഒരു "ഫെലോ" (fellow) ആയിരുന്നല്ലോ അദ്ദേഹം. യൂണിവേഴ്സിറ്റി ഫെലോ എന്നാൽ കോളേജിലെ മുതിർന്ന അംഗം-കോളേജിൽ നിന്ന് പണം പറ്റുന്നയാൾ-കോളേജിന്റെ പാഠ്യസംബന്ധവും പാഠ്യേതരവുമായ കാര്യങ്ങളിൽ നിർവ്വഹണം നടത്തേണ്ടയാൾ. കോളേജിന്റെ പണംകൊണ്ട് ബാഹ്യലോകത്തിൽ നിന്ന് സുര ക്ഷിതനായി ഒരു ഫെലോയ്ക്ക് യൂണിവേഴ്സിറ്റിയിൽ പണിയെടുക്കാം, പാർക്കാം.

കേംബ്രിഡ്ജ്, പക്ഷേ, ചർച്ച് ഓഫ് ഇംഗ്ലണ്ടിന്റെ ഭാഗമാണല്ലോ. കേംബ്രിഡ്ജിലെ ഏതു ഫെലോയും ഏഴു വർഷങ്ങൾക്കുള്ളിൽ ആ പള്ളിയിൽ പാതിരിയാകേണ്ടതാണ്. അത് നിർബന്ധമാണ്. 1647 ആയപ്പോഴേക്കും ന്യൂട്ടൺ കേംബ്രിഡ്ജിൽ ഏഴു വർഷങ്ങൾ പിന്നിട്ടു കഴിഞ്ഞിരുന്നു. എങ്കിലും, പള്ളിപ്പാതിരിയാകാൻ ന്യൂട്ടൺ തയ്യാറായില്ല. ക്രിസ്തീയസഭ, അതായത്, പള്ളി പറയുന്നതെല്ലാം അദ്ദേഹത്തിന് സമ്മതമായിരുന്നില്ല. പള്ളിയുടെ ഉപദേശങ്ങ ളോട് അദ്ദേഹത്തിന് വിയോജിപ്പായിരുന്നു.

ന്യൂട്ടൺ ഒരു ക്രിസ്ത്യാനിയൊക്കെത്തന്നെയാണ്; വിശ്വാസിയുമാണ്; മതത്തെ ഗൗരവമായി കാണുന്നയാളുമാണ്. പക്ഷേ, ന്യൂട്ടൺ ന്യൂട്ടണാണല്ലോ. മറ്റുള്ളവർ പറയുന്നതെല്ലാം, പ്രത്യേകിച്ച്, ഗൗരവമുള്ള സംഗതികൾ, അങ്ങേർ മുഖവിലക്കെടുക്കില്ലല്ലോ. Nullius in Verba അദ്ദേഹത്തിന്റെയും മുദ്രാവാക്യമാണല്ലോ. ബൈബിൾ അദ്ദേഹം വായിച്ചത് വെറുമൊരു വിശ്വാസിയെപ്പോലെയല്ല. പ്രകൃതിയെ വായിക്കുമ്പോഴുള്ള തീവ്രമായ അതേ അന്വേഷണത്വരയോടെതന്നെയാണ് അദ്ദേഹം വേദപുസ്തകവും വായിച്ചത്. പരിശുദ്ധ ത്രിമൂർത്തികളെ(The Holy Trinity)ക്കുറിച്ച് സഭ പറയുന്ന കാര്യത്തോട് അദ്ദേഹത്തിന് യോജിക്കാൻ കഴിഞ്ഞില്ല. ദൈവം ഏകമാണ് എന്നാണ് പള്ളി പറയുന്നത്-പിതാവും പുത്രനും പരിശുദ്ധാത്മാവും കൂടിച്ചേർന്ന ഏകദൈവം. മൂന്നും

ദൈവികമാണ്. കേംബ്രിഡ്ജിൽ താമസിച്ച് ജോലി ചെയ്യണമെങ്കിൽ ന്യൂട്ടൺ ഈ ആശയം സ്വീകരിച്ചേ പറ്റൂ. സ്വീകരിച്ചാൽ മാത്രം പോര, അത് സ്വീകരിക്കുന്നുവെന്ന് പ്രതിജ്ഞ ചെയ്യണം. അതിന് ന്യൂട്ടൺ തയ്യാറായില്ല. ക്രിസ്തുവിനെ (ദൈവപുത്രനെ) ദൈവമെന്ന് വിളിക്കുന്നത് തെറ്റാണെന്ന് ന്യൂട്ടൺ വിചാരിച്ചു. സഭ പറയുന്നത് കേട്ടില്ലെങ്കിൽ കേംബ്രിഡ്ജിൽനിന്ന് അദ്ദേഹത്തിന് നാണംകെട്ട് പടിയിറങ്ങേണ്ടി വരും. നുണപറയാമെന്ന് വെച്ചാലോ, അത് ന്യൂട്ടണെക്കൊണ്ട് പറ്റുകയുമില്ല. അദ്ദേഹം ആകെ ധർമ്മസങ്കടത്തിലായി. ഈ കീറാമുട്ടിയൊന്ന് വെട്ടിക്കീറുന്നതെങ്ങനെ?

1675- ന്യൂട്ടൺ, രാജാവായ ചാൾസ് രണ്ടാമനെ ചെന്നുകണ്ടു. ചർച്ച് ഓഫ് ഇംഗ്ലണ്ടിന്റെ തലവനാണ് രാജാവ്. അദ്ദേഹത്തിന് തന്നെ സഹായിക്കാൻ സാധിച്ചേക്കും. തന്റെ കുഴപ്പത്തിന്റെ ശരിയായ കാരണം ന്യൂട്ടൺ രാജാവിനോട് പറഞ്ഞില്ല. പകരം, അദ്ദേഹം രാജാവിനെ ധരിപ്പിച്ചത് ഇതായിരുന്നു: താൻ സർവ്വകലാശാലയിലെ വെറുമൊരു "ഫെലോ" അല്ല; ഗണിതശാസ്ത്രത്തിന്റെ പ്രഫസർ കൂടിയാണ്; അതിനർത്ഥം, തനിക്ക് പള്ളിയിൽ പാതിരിയാകേണ്ട കാര്യമില്ലെന്നാണ്. ന്യൂട്ടന്റെ ഈ വാദത്തിൽ കഴമ്പില്ലായിരുന്നു. ഭാഗ്യവശാൽ, ചാൾസ് രാജാവ് കൂടുതലൊന്നും ചോദിച്ചില്ല. അദ്ദേഹത്തിന് ഇതൊന്നും ഒരു കാര്യമായിരുന്നില്ല. ന്യൂട്ടണ് പതിരിയാകേണ്ട എന്നല്ലേയുള്ളൂ? വേണ്ടാ, ന്യൂട്ടൺ പള്ളീലച്ചനാകേണ്ട. രാജാവ് ന്യൂട്ടണെ അനുകൂലിച്ചു. നുണപറയാതെതന്നെ ന്യൂട്ടണ് കേംബ്രിഡ്ജിൽ താമസിക്കാമെന്നായി.

ന്യൂട്ടന്റെ മതപരമായ ജീവിതം ഒരു രഹസ്യമായിരുന്നു. അതുപോലെതന്നെ അദ്ദേഹത്തിന് മറ്റൊരു രഹസ്യം കൂടിയുണ്ടായിരുന്നു-രഹസ്യമായ ഒരു ശാസ്ത്രജീവിതം. ആൽകെമി(alchemy)യുടെ രഹസ്യമെന്തെന്ന് ആരായാനാണ് അങ്ങനെയൊരു സ്വകാര്യജീവിതം അദ്ദേഹം നയിച്ചത്. ആൽകെമി, പുരാതനമായൊരു രാസവിദ്യയാണ്. ആധുനിക രസതന്ത്രം (chemistry) ഈ രാസവിദ്യയിലൂടെയാണ് ഉരുത്തിരിഞ്ഞത്.

ആൽകെമി

ഈ രാസവിദ്യ കുറച്ച് ഇന്ദ്രജാലവും, കുറച്ച് മതവും, കുറച്ച് ശാസ്ത്രവും കൂടിക്കലർന്നതാണ്. രാസവിദ്വാന്മാരുടെ വിശ്വാസമനുസരിച്ച്, ഏതു ലോഹത്തെയും സ്വർണ്ണമാക്കി മാറ്റാം. പക്ഷേ, അതിനൊരു ഉരകല്ല് വേണം. ഈ ഉരകല്ലിനെ അവർ വിളിച്ചത് Philosopher's Stone എന്നാണ്. ആ കല്ല് കിട്ടിയാൽ, ലോഹങ്ങളെ സ്വർണ്ണമാക്കാമെന്നു മാത്രമല്ല, അമരത്വവും ലഭ്യമാകും. ഉരകല്ലുള്ളവർ ഒരിക്കലും മരിക്കില്ല. എന്താ, അല്ലേ?

ഈ പുരാതന (വ്യാജ) രാസവിദ്യയ്ക്ക് വേണ്ടിയും ന്യൂട്ടൺ ഒരുപാട് സമയം ചെലവഴിച്ചു. കേംബ്രിഡ്ജിലെ തന്റെ സ്വകാര്യ ലാബിൽ അദ്ദേഹം രാത്രിമുഴുവൻ കുത്തിയിരുന്ന്, ആളിക്കത്തുന്ന തീയിലേക്ക് നോക്കി, ഏതൊക്കെയോ നിഗൂഢമായപരീക്ഷണങ്ങൾ ചെയ്തു. നമുക്കിത് കേൾക്കുമ്പോൾ വിചിത്രമായിത്തോന്നാം; ആശയക്കുഴപ്പമുണ്ടാകാം. എന്തിനാണ് ഒരു ശാസ്ത്രജ്ഞൻ നിഗൂഢമായ അനുഷ്ഠാനങ്ങളിലും മായാജാലത്തിലുമൊക്കെ ഇങ്ങനെ ഏർപ്പെടുന്നത്? രാസവിദ്യയിൽ സമയം കളയുന്നത് വിഡ്ഢിത്തമല്ലേ? ആണെന്നു നമുക്കു തോന്നാം. എന്നാൽ, ന്യൂട്ടണ് അതിനൊരു കാരണമുണ്ടായിയിരുന്നു.

തന്റെ ഗവേഷണത്തെക്കുറിച്ച് ആളുകൾ കുറ്റം പറയുന്നത് ന്യൂട്ടണ് സഹിക്കില്ലല്ലോ? രാസവിദ്യയിലാണ് താൻ ഏർപ്പെട്ടിരിക്കുന്നതെന്ന് ജനം മനസ്സിലാക്കിയാൽ, തനിക്ക് തന്റെ ഗവേഷണം രഹസ്യമാക്കിവെക്കാം. രാസവിദ്വാന്മാർ മറ്റുള്ളവരെക്കാൾ ബുദ്ധിമാന്മാരാണെന്നാണ് വെപ്പ്. അതുകൊണ്ട്, അവർ ചെയ്യുന്നതൊന്നും ആരും ചോദ്യം ചെയ്യില്ല.

രാസവിദ്യയിൽ ന്യൂട്ടണ് താല്പര്യമുണ്ടാകാൻ മറ്റൊരു കാരണം കൂടിയുണ്ട്. അക്കാലത്ത്, ശാസ്ത്രം അതിന്റെ ബാല്യാവസ്ഥയിലായിരുന്നല്ലോ? അന്ന്, പൊളിയേത്, നേരേത് എന്ന് വേർതിരിക്കുക പ്രയാസം. രാസവിദ്വാന്മാർക്ക് എല്ലാ ലോഹങ്ങളെയും സ്വർണ്ണമാക്കാം എന്ന ധാരണയുണ്ടായിരുന്നെന്ന് പറഞ്ഞല്ലോ. അതു വെറുതെയായിരുന്നില്ല. എല്ലാ വസ്തുക്കളും ചെറിയ ചെറിയ കണങ്ങൾ കൊണ്ടുണ്ടാക്കിയതായതുകൊണ്ട്, ആ കണങ്ങളെ മറ്റു രീതികളിൽ സംഘടിപ്പിച്ച് സ്വർണ്ണമാക്കാമല്ലോ? ആ ചോദ്യം ഒരു മണ്ടൻ ചോദ്യമായിരുന്നില്ല. അതാണ് ആധുനിക രസതന്ത്രത്തിലേക്കുള്ള വഴി വെട്ടിത്തുറന്നത്-പരമാണുക്കൾ (atoms) ചേർന്നാണ് തന്മാത്രകൾ (molecules) ഉണ്ടാകുന്നതെന്ന അറിവിലേക്ക് നമ്മെ നയിച്ചത്.

എങ്കിലും, അക്കാലം പ്രബോധോദയത്തിന്റെ യുഗമായിരുന്നല്ലോ? യുക്തിയുടെ യുഗം? ശരിക്കും ചിന്തിക്കുന്നവർ, ചില സവിശേഷ വ്യക്തികൾക്ക് മാത്രമറിയാവുന്ന രഹസ്യവിജ്ഞാനങ്ങളോട് മുഖം തിരിക്കുന്നവരായിരുന്നു. രാസവിദ്യയിലൊന്നും അവർക്ക് രുചിയുണ്ടായിരുന്നില്ല. ന്യൂട്ടൺ മരിച്ച ശേഷമാണ് റോയൽ സൊസൈറ്റി അദ്ദേഹം രാസവിദ്യയെക്കുറിച്ചെഴുതിയ ലേഖനങ്ങൾ കാണുന്നത്. ലക്ഷക്കണക്കിന് വാക്കുകളുള്ള ലേഖനങ്ങൾ. അതു കണ്ട സൊസൈറ്റിക്ക് ചമ്മലാണുണ്ടായത്. "അച്ചടിക്കാൻ പറ്റാത്ത വഹ," എന്നാണവർ പറഞ്ഞത്. ആൽകെമിയെക്കുറിച്ചുള്ള ന്യൂട്ടന്റെ രചനകൾ പ്രസിദ്ധീകരിച്ചത് എപ്പോഴാണെന്നറിയാമോ? 2004-ൽ.

ന്യൂട്ടന്റെ മുറി

8

റോയൽ സൊസൈറ്റിയിലെ വഴക്കിനു ശേഷം ന്യൂട്ടൺ തന്നിലേക്കുതന്നെ ഉൾവലിഞ്ഞു; മുഴുവൻ ശ്രദ്ധയും രാസവിദ്യയിൽ കേന്ദ്രീകരിച്ചു; തനിക്കീ ശാസ്ത്രഗവേഷണത്തിലൊന്നും വലിയ താൽപ്പര്യമില്ലെന്ന് പ്രഖ്യാപിച്ചു. അതദ്ദേഹം അപ്പോൾ കാര്യമായിത്തന്നെ പറഞ്ഞതാകാം. എന്തായാലും, അദ്ദേഹത്തിന്റെ കേമൻ ഗവേഷണങ്ങൾ വരാനിരിക്കുകയായിരുന്നു.

1684, റോയൽ സൊസൈറ്റിയിലെ മൂന്നു പേർ ഒരു കാപ്പിക്കടയിലിരുന്ന് കൊച്ചുവർത്തമാനം പറയുകയായിരുന്നു: ഒന്ന്, ന്യൂട്ടന്റെ പ്രിയശത്രു, ഹുക്ക്; ഇനിയൊരാൾ, എഡ്മണ്ട് ഹാലി, ജ്യോതിർശാസ്ത്രജ്ഞനായ ഒരു ചെറുപ്പക്കാരൻ; ഇനിയുമൊരാൾ ക്രിസ്റ്റഫർ റെൻ, ഒരു വാസ്തുശില്പി. റെൻ, ഈ ഗ്രഹങ്ങളൊക്കെ എങ്ങനെയാണ്, എന്തുകൊണ്ടാണ് സൂര്യനെ ചുറ്റുന്നതെന്ന് മനസ്സിലാക്കാനുള്ള ശ്രമത്തിലായിരുന്നു. അയാൾ മറ്റു രണ്ടാളോടും അതേക്കുറിച്ചു ചോദിക്കുകയായിരുന്നു.

ഗ്രഹങ്ങളുടെ ഭ്രമണപഥത്തെപ്പറ്റി നാട്ടുകാർക്ക് അക്കാലത്ത് നല്ല, ശരിയായ, ധാരണയുണ്ടായിരുന്നു. ആ പാത ഒരു എലിപ്സ് (ellipse) ആണെന്ന് യോഹന്നാസ് കെപ്ലർ 1608-ൽ തെളിയിച്ചതാണല്ലോ. ഗ്രഹത്തിനും സൂര്യനുമിടക്കുള്ള ബലത്തിന്റെ തോതാണ് ഭ്രമണപഥത്തെ നിശ്ചയിക്കുന്നതെന്നും ആളുകൾക്കറിയാം. മറ്റെന്തോ കൂടി ഇതിൽ ഉൾപ്പെട്ടിട്ടുണ്ടെന്നും ആളുകൾ

മനസ്സിലാക്കിയിരിക്കുന്നു. അതെന്താണെന്ന്, പക്ഷേ, ഒരുത്തനും കണ്ടുപിടിക്കാൻ കഴിഞ്ഞില്ല. ബലത്തിന്റെ തോത് സങ്കീർണ്ണമായ രീതിയിൽ മാറിക്കൊണ്ടിരിക്കുന്നതാണ് ആളുകളെ കുഴപ്പിച്ചത്. ഗ്രഹത്തിൽ നിന്ന് സൂര്യൻ അകലുന്തോറും ബലം കുറഞ്ഞുവരുന്നതായാണ് അനുഭവപ്പെട്ടത്. അത് മസ്സിലാക്കാവുന്നതേയുള്ളൂ. എന്നാൽ, ബലവും ദൂരവും മാറുന്നത് ഒരേ തോതിലല്ല. ദൂരം കൂടുന്തോറും ബലത്തിലുള്ള മാറ്റത്തിന്റെ വേഗം കൂടിക്കൂടി വന്നു. ദൂരവും ബലവും തമ്മിലുള്ള കൃത്യമായ ബന്ധമെന്തെന്ന് മനസ്സിലാക്കാൻ ആർക്കും കഴിഞ്ഞില്ല.

ആ ബന്ധമെന്തെന്ന് വിശദീകരിക്കാൻ വിദ്വാന്മാർ പലരും ശ്രമിച്ചു. പലർക്കും പലപല ആശയങ്ങളാണ് തോന്നിയത്. ഒരാൾ ഗണിതപരമായൊരു ബന്ധമാണ് ഇതിന് പരിഹാരമായി നിർദ്ദേശിച്ചത്. Inverse Square Rule എന്നാണ് ഈ ബന്ധത്തിന്റെ പേര്. ഇതാണ് ശരിയായ ഉത്തരമെന്ന് റെന്നിന് തോന്നി. അത് ശരിയാണെന്ന് തെളിയിക്കാൻ അയാൾ പുറപ്പെട്ടു; പക്ഷേ, പരാജയപ്പെട്ടു. അപ്പോഴാണ് ഈ പ്രശ്നം അയാൾ ഹുക്കിനും ഹാലിക്കും മുമ്പിലിട്ടത്: കണക്കിന്റെ സഹായത്തോടെ Inverse Square Rule അനുസരിച്ച് എലിപ്സ് ആകൃതിയിലുള്ള ഭ്രമണപഥം ഉണ്ടാക്കാമെന്ന് തെളിയിക്കാൻ അവർക്കു പറ്റുമോ? പറ്റിയാൽ ഗ്രഹങ്ങളുടെ ഭ്രമണപഥത്തെ വിശദീകരിക്കുന്ന പ്രധാനപ്പെട്ടൊരു നിയമമായിരിക്കും അവർ സൃഷ്ടിക്കുന്നത്.

"ഇതൊക്കെ എന്ത്, നിസ്സാരം!" എന്നാണ് ഹുക്ക് വീമ്പിളക്കിയത്. താനിത് പണ്ടേ ചെയ്തതാണ്. ആരോടും പറഞ്ഞില്ല എന്നേയുള്ളൂ. ആദ്യം മറ്റുള്ളവർ ചെയ്ത് പരാജയപ്പെടട്ടെ . അപ്പോൾ താൻ കാണിച്ചുകൊടുക്കാം. റെന്നും ഹാലിയും ഹുക്ക് പറഞ്ഞത് കേട്ടു. അവരത് കാര്യമായെടുത്തില്ല. മുമ്പ് ന്യൂട്ടൺ വിസ്മയകരമായ ആ ദൂരദർശിനി ഉണ്ടാക്കിയപ്പോഴും ഹുക്ക് വീമ്പിളക്കിയിരുന്നു: അതിനേക്കാൾ നല്ലൊരു ദൂരദർശിനി താനുണ്ടാക്കിയിട്ടുണ്ട്; വാച്ചിന്റെ ചങ്ങലയിൽ കൊളുത്തിയിടാൻ പറ്റുന്നത്ര ചെറിയൊരെണ്ണം. "തള്ള്" ഹുക്കിനൊരു ശീലമായിരുന്നു.

എഡ്മണ്ട് ഹാലി

റെൻ ഒരു സമ്മാനം കൂടി പ്രഖ്യാപിച്ചു: ആരാണോ ഇതിന് ഗണിതപരമായ തെളിവ് ആദ്യം കൊണ്ടുവരുന്നത് അയാൾക്ക് ഒരു സമ്മാനം തന്നിരിക്കും-വളരെ വിലപിടിച്ചൊരു പുസ്തകം. സമ്മാനം പ്രഖ്യാപിച്ച് രണ്ടു മാസം കഴിഞ്ഞിട്ടും ഹുക്ക് അനങ്ങിയില്ല. സത്യത്തിൽ, അയാളുടെ കയ്യിൽ തെളിവൊന്നുമുണ്ടായിരുന്നില്ല.

അപ്പോഴാണ് ഹാലി മൂക്കിൻതുമ്പത്ത് കോപവുമായിരിക്കുന്ന ന്യൂട്ടണെ സമീപിക്കുന്നത്. ഹുക്ക് പറഞ്ഞത് തന്നെയാണ് അദ്ദേഹവും പറഞ്ഞത്: Inverse Square Rule പ്രകാരം ഭ്രമണപഥം എലിപ്സ് ആകൃതിയിലായിരിക്കും. താനത് വർഷങ്ങൾക്കു മുമ്പേ തെളിയിച്ചതാണ്. ഭാഗ്യക്കേടിന് തെളിവെവിടെയാണ് വെച്ചതെന്ന് തനിക്കോർമ്മയില്ല. ആരെയും കാണിക്കാനല്ല,

ഹാലീസ് കോമറ്റ്

സ്വന്തം സന്തോഷത്തിനു വേണ്ടിയാണ് താനത് തെളിയിച്ചത്. കയ്യിൽകിട്ടിയാലുടൻ താനാ തെളിവ് അയച്ചുതന്നേക്കാം. ഹുക്കി നെപ്പോലെയായിരുന്നില്ല ന്യൂട്ടൺ. അദ്ദേഹം വീമ്പു പറയുകയായി രുന്നില്ല. കുറച്ചു മാസങ്ങൾക്കുള്ളിൽ അദ്ദേഹം ഹാലിക്ക് തെളിവ് അയച്ചുകൊടുത്തു.

ഈ ഹാലി, എഡ്മണ്ട് ഹാലി, ആരാണെന്ന് അറിയില്ലേ? "ഹാലീസ് കോമറ്റ്" (comet) എന്ന് കേട്ടിട്ടില്ലേ? അതു കണ്ടുപിടി ച്ച മഹാനാണ് ഹാലി. കോമറ്റിനെ മലയാളത്തിൽ വാൽനക്ഷത്ര മെന്നും ധൂമകേതുവെന്നുമൊക്കെ വിളിക്കും. ആകാശത്തിൽ നക്ഷ ത്രത്തെപ്പോലെ തിളങ്ങി നിൽക്കുന്ന വാലുള്ളൊരു വസ്തുവാണ് ടിയാൻ. ന്യൂട്ടന്റെ കാലത്ത് വാൽനക്ഷത്രത്തെ കാണുമ്പോൾ ആളുകൾക്ക് പേടിയായിരുന്നു. കാരണം, അന്നത്തെ അന്ധവി ശ്വാസമനുസരിച്ച്, വാൽനക്ഷത്രം ഒരു ദുഃശകുനമാണ്. ലോകത്ത് കുഴപ്പങ്ങളുണ്ടാകുന്നതിന് തൊട്ടുമുമ്പാണ് ഈ വാലൻ പ്രത്യക്ഷ പ്പെടാറ്.

1682-ൽ ഉജ്ജ്വലമായ ഒരു ധൂമകേതു പ്രത്യക്ഷപ്പെട്ടു. എഡ്മണ്ട് ഹാലി അത് കണ്ടു. അദ്ദേഹം പഴയ ജ്യോതിർശാസ്ത്രജ്ഞന്മാർ വാൽനക്ഷത്രത്തെക്കുറിച്ച് രേഖപ്പെടുത്തിവെച്ചതൊക്കെ വായി ച്ചുനോക്കി. ഓരോ എഴുപത്തിയാറ് വർഷങ്ങളിലും ഒരു വാൽ നക്ഷത്രം ആകാശത്തിൽ പ്രത്യക്ഷപ്പെട്ടിരുന്നതായി ഹാലിക്ക്

മനസ്സിലായി. ഇങ്ങനെ പ്രത്യക്ഷപ്പെടുന്ന വാൽനക്ഷത്രം ഒരേ വാൽനക്ഷത്രമാണെന്ന് അദ്ദേഹം ഗണിച്ചെടുത്തു-എഴുപത്തിയാറു വർഷത്തിലൊരിക്കൽ സന്ദർശത്തിനെത്തുന്ന ധൂമകേതു. വർഷത്തിലൊരിക്കൽ ഓണത്തിന് നാട്ടിലെത്തുന്ന മാവേലിയില്ലേ, അതുപോലെ.

ഇങ്ങനെയൊരുവൻ കൂടെക്കൂടെ വരുന്നുണ്ടെങ്കിൽ, അവനും സൂര്യനെ ചുറ്റുന്നവനാകണം. അതായത്, വാൽനക്ഷത്രങ്ങളും ഗ്രഹങ്ങളെപ്പോലെ സൂര്യനെ വലംവെക്കുന്നവയാണ്. അവയുടെ പ്രദക്ഷിണപഥം കുറേക്കൂടി വലിയതാണെന്നു മാത്രം. ഹാലി കണ്ട വാൽനക്ഷത്രം 1758-ൽ വീണ്ടും വരുമെന്ന് ഹാലി പ്രവചിച്ചു. അദ്ദേഹം പറഞ്ഞതുപോലെ ആ വാൽനക്ഷത്രം ആ വർഷം വീണ്ടും ആകാശത്തിൽ പ്രത്യക്ഷമായി. അതു കാണാൻ ഹാലി ഉണ്ടായിരുന്നില്ല. അദ്ദേഹം മരിച്ചുപോയിരുന്നു. ഇന്നാ വാൽനക്ഷത്രം അദ്ദേഹത്തിന്റെ പേരിലാണ് അറിയപ്പെടുന്നത്-ഹാലീസ് കോമറ്റ്.

9

ഹാലീസ് കോമറ്റിന്റെ കാര്യം അവിടെ നിൽക്കട്ടെ. നമുക്ക് ന്യൂട്ടൺ എന്തു ചെയ്തുവെന്ന് നോക്കാം. ഹാലിയുടെ ചോദ്യം ന്യൂട്ടണിൽ വീണ്ടും ജിജ്ഞാസ ഉണർത്തി. ഗ്രഹങ്ങൾ സഞ്ചരിക്കുന്നതെങ്ങനെ എന്നതിനെച്ചൊല്ലി അദ്ദേഹം വീണ്ടും ചിന്തയിലാണ്ടു. ഹാലിയുടെ ചോദ്യത്തിന് ഉത്തരമായി ന്യൂട്ടൺ ലേഖനമെഴുതാൻ തുടങ്ങി. ആദ്യം അത് ഒമ്പത് പേജുകളുള്ള ഒരു ലേഖനമായിരുന്നു. പിന്നെയത് വളരാൻ തുടങ്ങി.

"ഏതായാലും താനീ വിഷയത്തിൽപ്പെട്ടു. ഇനി അതിന്റെ ഒടുക്കം കണ്ടിട്ടേ നിർത്തുന്നുള്ളൂ,"

അതായി ന്യൂട്ടന്റെ ഭാവം. നനഞ്ഞിറങ്ങിയാൽ കുളിച്ചുകേറാതെ കരകേറുന്ന കക്ഷിയല്ലല്ലോ മൂപ്പർ!

വെറും ഒന്നരക്കൊല്ലത്തിനുള്ളിൽ അദ്ദേഹത്തിന്റെ ലേഖനം അഞ്ഞൂറു താളുകളുള്ള ഒരു പുസ്തകമായി. അദ്ദേഹത്തിന്റെ ശ്രേഷ്ഠ സൃഷ്ടി. "പ്രാകൃതികതത്ത്വശാസ്ത്രത്തിന്റെ ഗണിത പ്രമാണങ്ങൾ" എന്നാണ് പുസ്തകത്തിന്റെ ശീർഷകം. പുറംലോകത്ത് ഈ പുസ്തകം അറിയപ്പെടുന്നത് അതിന്റെ ലത്തീൻ നാമത്തിലാണ്: "പ്രിൻസിപ്പിയ" (Principia). ആധുനിക ഊർജ്ജതന്ത്രത്തിന്റെ അടിസ്ഥാന ശിലയാണ് പ്രിൻസിപ്പിയ. 1687-നു ശേഷമുള്ള ഏത്

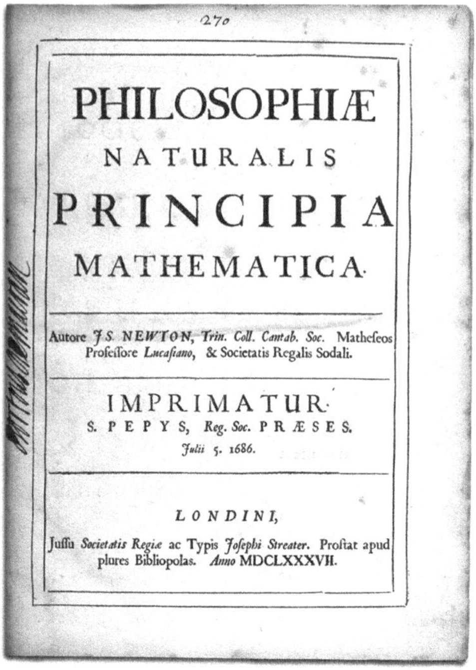

270

PHILOSOPHIÆ
NATURALIS
PRINCIPIA
MATHEMATICA.

Autore *J S. NEWTON*, *Trin. Coll. Cantab. Soc.* Matheseos Professore *Lucasiano*, & Societatis Regalis Sodali.

IMPRIMATUR.
S. PEPYS, *Reg. Soc.* PRÆSES.
Julii 5. 1686.

LONDINI,
Jussu *Societatis Regiæ* ac Typis *Josephi Streater*. Prostat apud plures Bibliopolas. *Anno* MDCLXXXVII.

ഭൗതികശാസ്ത്രജ്ഞനും ഈ പുസ്തകത്തിലെ ആശയം ഉൾക്കൊള്ളാതെ ഒരടി മുന്നോട്ടു നീങ്ങാൻ കഴിഞ്ഞിട്ടില്ല; കഴിയുകയുമില്ല.

ഹാലിക്ക് സന്തോഷമായി-സന്തോഷം മാത്രമല്ല. ആവേശവുമുണ്ടായി. സമൂലമാറ്റമുണ്ടാക്കിയേക്കാവുന്ന ഈ പുസ്തകം ന്യൂട്ടൺ രഹസ്യമാക്കി വെക്കരുതെന്ന് അദ്ദേഹത്തിന് നിർബന്ധമുണ്ടായി. അദ്ദേഹം ആ പുസ്തകത്തിന്റെ സംശോധകൻ (Editor) ആയി മാറി. പുസ്തകം അച്ചടിക്കാനുള്ള ചെലവും ഹാലി തന്നെയാണ് ഏറ്റെടുത്തത്.

എന്നാൽ, ഒട്ടും താമസിയാതെ, കുഴപ്പമുണ്ടാകാനുള്ള എല്ലാ ലക്ഷണങ്ങളുമുണ്ടായി. ന്യൂട്ടന്റെ പഴയ ശത്രു-ഹുക്ക്-മാളത്തിൽ നിന്ന് പുറത്തിറങ്ങി. തന്നിൽനിന്ന് കട്ടെടുത്തവയാണ് ന്യൂട്ടന്റെ ആശയങ്ങളെന്ന് അയാൾ അവകാശപ്പെട്ടു. ന്യൂട്ടണെ അയാൾ ആശയചോരനാക്കി. അതോടെ, ന്യൂട്ടണ് വരാനുള്ളതൊക്കെ

വന്നു. കോപാക്രാന്തനായ അദ്ദേഹം പുസ്തകം പ്രകാശിപ്പിക്കുന്നി ല്ലെന്ന് തീരുമാനിച്ചു. ഹാലി വീണ്ടും ഇടപെട്ടു. തനിക്കറിയാവുന്ന എല്ലാ നയചാതുരിയുമുപയോഗിച്ച് അദ്ദേഹം ന്യൂട്ടനെ തണുപ്പിച്ചു. കൊടുങ്കാറ്റ് ഒരുവിധം അടങ്ങി.

അങ്ങനെ, 1687-ൽ, പുസ്തകം വെളിച്ചം കണ്ടു. പുറത്തിറങ്ങിയ പ്പോൾ അതുണ്ടാക്കിയ കോലാഹലം ചില്ലറയായിരുന്നില്ല. വായി ച്ചവർക്കൊക്കെ പ്രപഞ്ചം പുതിയരീതിയിൽ അനുഭവഭേദ്യമായി. ഇന്നുവരെ ആരും വിശദീകരിക്കാത്ത രീതിയിലാണ് ന്യൂട്ടൺ പ്രപ ഞ്ചത്തെ വായനക്കാർക്ക് വ്യഖ്യാനിച്ച് കൊടുത്തത്-അഭൂതപൂർവ്വ മായ ഒരു വിവരണം. ഫ്രഞ്ചുകാരനായ ഒരു ഗണിത ശാസ്ത്രജ്ഞൻ ഇങ്ങനെ അത്ഭുതം കൂറി,

“മറ്റു മനുഷ്യരെപ്പോലെ, ന്യൂട്ടൺ ഉണ്ണാറും ഉറങ്ങാറുമില്ലെ?”

അതിനുള്ള ഉത്തരം നമ്മൾക്കറിയാമല്ലോ – “ഇല്ല.”

വായിച്ചു മനസ്സിലാക്കാൻ പ്രയാസമുള്ള പുസ്തകമാണ് പ്രിൻസി പ്പിയ. അതിനാൽ, അത് വായിച്ചവരേക്കാൾ അതിനെ ആരാധിച്ച വരാണ് എണ്ണത്തിൽക്കൂടുതൽ. അതേക്കുറിച്ച് ചർച്ച ചെയ്യുവരും വായനക്കാരേക്കാൾ കൂടും. വായന ദുർഗ്രഹമാക്കിയത് കരുതി ക്കൂട്ടിയാണെന്നാണ് ന്യൂട്ടൺ പറഞ്ഞത്. ആൾക്കാർ ചോദിച്ചേ ക്കാവുന്ന മണ്ടൻ ചോദ്യങ്ങളിൽനിന്ന് തനിക്ക് രക്ഷ നേടാമല്ലോ.

പുസ്തകത്തിന്റെ കീർത്തി ന്യൂട്ടന്റെ ജീവിതത്തിലും മാറ്റമുണ്ടാക്കി. അദ്ദേഹം പാർലിമെന്റിലേക്ക് തെരഞ്ഞെടുക്കപ്പെട്ടു; സർക്കാരി ന്റെ ഭാഗമായി. അതുകൊണ്ടെന്തായി? 1689-ലെ “മഹത്തായ വിപ്ലവ”ത്തെ (The Glorious Revolution of 1689) അനുകൂലിച്ച് അദ്ദേഹത്തിന് വോട്ട് ചെയ്യാനായി.

1688-89 കാലത്തെ സംഭവപരമ്പരയെയാണ് മഹത്തായ വിപ്ലവമെന്ന് പറയുന്നത്. വിപ്ലവത്തിനൊടുവിൽ ജെയിംസ് രണ്ടാമൻ രാജാവ് നാടു വിട്ടു; വില്ല്യമും മേരിയും സിംഹാസന മേറി. പാർലിമെന്റിന് കൂടുതൽ അധികാരം കിട്ടി. ഈയൊരു കാര്യത്തിൽ മാത്രമാണ് ന്യൂട്ടൺ പാർലിമെന്റിൽ ചുറുചുറുക്കോടെ

1689-ലെ മഹത്തായ വിപ്ലവം

പ്രവർത്തിച്ചത്. അതിനുശേഷം അദ്ദേഹം കാര്യമായൊന്നും പാർലിമെന്റിൽ ചെയ്തില്ല. തുറന്നിട്ട ഒരു ജനാല അടച്ചിടാൻ മാത്രമാണ് അദ്ദേഹം, പിന്നീട് പാർലിമെന്റിൽ ശബ്ദമുയർത്തിയത്.

ന്യൂട്ടന്റെ പുസ്തകം പുറത്തിറങ്ങിയിട്ട് മുന്നൂറിലധികം കൊല്ലങ്ങൾ കഴിഞ്ഞു. പുറത്തിറങ്ങിയ കാലത്ത് അതുണ്ടാക്കിയ കോലാഹലം ഇന്ന് ചിന്തിക്കാൻ ബുദ്ധിമുട്ടാണ്. അദ്ദേഹം അന്ന് മനസ്സിലാക്കിയെടുത്ത കാര്യങ്ങൾ ഇന്ന് നമുക്ക് പകൽ പോലെ സ്പഷ്ടവും അതിസാധാരണവുമാണ്. മനുഷ്യരുടെ ചിന്തയിൽ ന്യൂട്ടണുണ്ടാക്കിയ മാറ്റം അത്ര വലുതാണ്. ന്യൂട്ടണെക്കുറിച്ച് അറിയാത്തവർപോലും ന്യൂട്ടൺ ചലനത്തെ എങ്ങനെ കണ്ടുവോ, അങ്ങനെതന്നെയാണ് ഇന്ന് കാണുന്നത്.

എന്താണീ പുസ്തകത്തിലിത്ര കാര്യമായ് പ്രതിപാദിച്ചിട്ടുള്ളത്? ഒന്നാമത്, ഗ്രാവിറ്റി (ഗുരുത്വാകർഷണബലം) തന്നെ. മുമ്പ് ന്യൂട്ടൺ രണ്ടു തരം ബലങ്ങളെപ്പറ്റി പഠിച്ചിരുന്നു- ഒന്ന്, ആപ്പിളിനേയും ചന്ദ്രനേയും ഭൂമിയോടടുപ്പിക്കുന്ന ബലം; രണ്ട്, ഗ്രഹങ്ങളെക്കൊണ്ട് സൂര്യനെ ചുറ്റിക്കുന്ന ബലം. ഇവ രണ്ടും ഒരേ ബലമാണെന്ന്

അദ്ദേഹം തിരിച്ചറിഞ്ഞു. ഇന്ന് നമ്മളും ആ ബലത്തിനെ ന്യൂട്ടൺ വിളിച്ച അതേ പേരിലാണ് വിളിക്കുന്നത്:

"ഈ ബലം ഗ്രാവിറ്റിയാണെന്ന് ഇപ്പോൾ തെളിഞ്ഞിരിക്കുന്നു. അതിനാൽ, ഇനിയങ്ങോട്ട്, ഈ ബലത്തെ നാം ഗ്രാവിറ്റിയെന്ന് വിളിക്കുന്നതാണ്."

മൂന്നു ചലനനിയമങ്ങൾ കൂടി ന്യൂട്ടൺ ആവിഷ്കരിച്ചു. അതിലൊന്നാമത്തേത് അദ്ദേഹത്തിന് ഗലീലിയോവിൽനിന്ന് കിട്ടിയതാണ്. എന്താണാ ഒന്നാം ചലനനിയമം? ഒരു വസ്തു ചലനത്തിലാണെങ്കിൽ, അത് ചലിച്ചുകൊണ്ടേയിരിക്കും-അതിനെ മറ്റെന്തെങ്കിലും തടയുന്നതു വരെ. ഇനി, ഒരു വസ്തു നിശ്ചലാവസ്ഥയിലാണെങ്കിലോ, അത് നിശ്ചലാവസ്ഥയിൽത്തന്നെ കഴിയും-അതിനെ മറ്റെന്തെങ്കിലും ഉന്തിനീക്കുന്നതു വരെ. ഇതാണ് ഒന്നാം നിയമം പ്രതിപാദിക്കുന്നത്.

ഇനി രണ്ടാം നിയമം. അതും മനസ്സിലാക്കാൻ എളുപ്പമാണ്. ഒരു വസ്തുവിനെ ചലിപ്പിക്കുവാനോ, അല്ലെങ്കിൽ അതിനെ നിശ്ചലമാക്കുവാനോ എത്ര ബലം വേണ്ടിവരുമെന്നതിനെക്കുറിച്ചാണ് രണ്ടാം നിയമം സംസാരിക്കുന്നത്.

മൂന്നാം നിയമമോ? "ഏതൊരു പ്രവൃത്തിക്കും അതിനു തത്തുല്യവും വിപരീതവുമായൊരു പ്രതിപ്രവൃത്തി ഉണ്ടായിരിക്കും." എന്താ

ഇതിന്റെയൊരർത്ഥം? നമ്മൾ ഒരു വസ്തുവിനെ തള്ളുമ്പോൾ അത് അതേ ശക്തിയിൽ തിരിച്ചു തള്ളും; നേരെ എതിർദിശയിലേക്കാണെന്നു മാത്രം. വായു നിറച്ച ഒരു ബലൂണെടുക്കുക; ബലൂണിന്റെ കഴുത്തിൽനിന്ന് കയ്യെടുത്താൽ എന്താണ് സംഭവിക്കുക? ബലൂണിൽനിന്ന് കാറ്റ് പിറകോട്ട് പായും. അപ്പോൾ, അത് ബലൂണിനെ മുകളിലോട്ട് അതേ ശക്തിയോടെ തള്ളും; ബലൂൺ ആകാശത്തിലൂടെ പറക്കും. ഇതേ തത്ത്വമാണ് ഒരു റോക്കറ്റിന്റെ എഞ്ചിൻ പ്രവർത്തിക്കുന്നതിലുമുള്ളത്.

NEWTON

NEWTON

10

ലോകത്തിലെ സർവ്വ വസ്തുക്കളുടെയും ചലനങ്ങളെ വിശദീകരിക്കുന്നതാണ് ന്യൂട്ടന്റെ മൂന്നു ചലന നിയമങ്ങൾ. നിരവധി ഗണിതസൂത്രങ്ങൾ കൂട്ടിച്ചേർക്കുന്നതിലൂടെ ഈ നിയമങ്ങൾക്ക് അനവധി കാര്യങ്ങൾ പ്രവചിക്കുവാൻ സാധിക്കും: ഭൂമിയിലെ വേലിയേറ്റങ്ങളും ഇറക്കങ്ങളും മുതൽ വിദൂരനക്ഷത്രപഥങ്ങളിലെ താരസഞ്ചാരങ്ങൾ വരെ.

എങ്കിലും, ഗ്രാവിറ്റിയെക്കുറിച്ചുള്ള ന്യൂട്ടന്റെ വിവരണത്തിൽ വിചിത്രമായ ഒരഭാവമുണ്ട്. ഗ്രാവിറ്റി എങ്ങനെ പ്രവർത്തിക്കുന്നുവെന്നു മാത്രമേ ന്യൂട്ടൺ പറയുന്നുള്ളൂ; അതെന്താണെന്നതിനെക്കുറിച്ച് അദ്ദേഹം ഒരക്ഷരം പറയുന്നില്ല. അല്ല, അതിനദ്ദേഹത്തെ കുറ്റം പറഞ്ഞിട്ട് കാര്യമില്ല. ഇത്ര കാലമായിട്ടും, ഇന്നും, നമുക്ക് ഗ്രാവിറ്റിയെന്താണെന്ന് പിടികിട്ടിയിട്ടില്ലല്ലോ.

പ്രിൻസിപ്പിയ പ്രസിദ്ധീകരിക്കപ്പെട്ടതോടെ ന്യൂട്ടൺ ഒരിതിഹാസമായ് മാറി. കേംബ്രിഡ്ജിലെ വിദ്യാർത്ഥികൾ അദ്ദേഹത്തെ തീർത്തും പുതിയതായൊരു രീതിയിൽ വീക്ഷിക്കാൻ തുടങ്ങി.

“അദ്ദേഹത്തെ ഒരു ദിവ്യരൂപത്തെ എന്നപോലെയാണ് ഞങ്ങൾ നോക്കിക്കണ്ടത്.”

ന്യൂട്ടന്റെ ജീവിതം, പക്ഷേ, മാറ്റങ്ങളൊന്നുമില്ലാതെ പഴയപടി തുടർന്നു പോന്നു-1693 വരെ. 1693-ൽ, അദ്ദേഹത്തിന് മാനസികത്തകർച്ചയുണ്ടായി. നമ്മൾ 'വിഷാദരോഗം' എന്നൊക്കെ ഇന്ന് പേരിട്ടു വിളിക്കുന്ന ഒരു മനോവൈക്ലബ്യം. അങ്ങേർക്ക് ഊണു വേണ്ടാതായി; ഉറക്കം കിട്ടാതായി -"ഊണിന്നാസ്ഥ കുറഞ്ഞു, നിദ്ര നിശയിങ്കൽപ്പോലുമില്ലാതായി..." എന്ന അവസ്ഥ. അദ്ദേഹത്തിൽ നിന്ന് സുഹൃത്തുക്കൾക്ക് (അത്രയധികം സുഹൃത്തുക്കൾ ഇല്ലെങ്കിൽക്കൂടി) വിചിത്രമായ കത്തുകൾ കിട്ടിത്തുടങ്ങി. അവരൊക്കെ മരിച്ചുപോകട്ടെ എന്ന് താൻ ആഗ്രഹിക്കുന്നുവെന്നാണ് കത്തുകളിൽ ന്യൂട്ടൺ എഴുതിയത്. പെണ്ണുങ്ങളെക്കൊണ്ട് തന്നെ കുഴപ്പത്തിൽ ച്ചാടിക്കുവാനാണ് അവരുടെയൊക്കെ ശ്രമമെന്നും അദ്ദേഹം കത്തുകളിൽ കുറ്റപ്പെടുത്തി.

കുറച്ചു കഴിഞ്ഞപ്പോൾ, ന്യൂട്ടണ് രോഗം ഭേദമായി. രോഗം ഭേദമായപ്പോൾ, തനിക്കൊരു മാറ്റം വേണമെന്ന് അദ്ദേഹം ആഗ്രഹിച്ചു. 1696-ൽ അദ്ദേഹം തന്റെ, സ്വാധീനമുള്ള ചില ചങ്ങാതികളോട് സഹായമഭ്യർത്ഥിച്ചു-പുതിയൊരു ജോലി തരപ്പെടുത്താൻ. അവർ സഹായിച്ചു. പുതിയ ജോലി എന്താണെന്നല്ലേ? റോയൽ മിന്റ് (Mint) നോക്കിനടത്തൽ.

റോയൽ മിന്റ്

മിന്റ് എന്നു പറഞ്ഞാൽ എന്താണെന്ന് അറിയാമല്ലോ? നാണയങ്ങളുണ്ടാക്കി വിടുന്ന സ്ഥലത്തെയാണ് മിന്റ് എന്നു പറയുന്നത്. ഇംഗ്ലണ്ടിലെ മൊത്തം നാണയങ്ങളും നിർമ്മിക്കുന്നത് റോയൽ മിന്റാണ്. അത് സ്ഥിതിചെയ്യുന്നത് ലണ്ടൻ ടവറിലാണ് (The Tower of London). മിന്റിൽ പണി കിട്ടിയതോടെ ന്യൂട്ടൺ ലണ്ടനിലെ ഒരു വീട്ടിലേക്ക് താമസം മാറ്റി. വീടെന്നു പറഞ്ഞാൽ ചെറിയ വീടൊന്നുമല്ല; ഒരു ബംഗ്ലാവ് തന്നെ. പണിയെടുക്കാൻ ന്യൂട്ടൺ ആരെയെങ്കിലും കൂലിക്കെടുക്കുമെന്നാണ് അദ്ദേഹത്തിന്റെ ചങ്ങാതിമാർ കരുതിയത്. എന്നാൽ, അതുണ്ടായില്ല. ന്യൂട്ടൺ തന്നെ എല്ലാ ജോലിയും സ്വയം ചെയ്തു.

കള്ളനാണയങ്ങൾ ഉണ്ടാക്കാൻ സാമർത്ഥ്യമുള്ള ചില വിരുതന്മാരുണ്ടായിരുന്നു. വർഷങ്ങളായ് ഇവന്മാർ ആ ജോലിയിൽ വ്യാപൃതരായിരുന്നു. നാണയങ്ങളുടെ അരികിൽനിന്ന് വെള്ളി ചുരണ്ടിയെടുക്കുക; ചുരണ്ടിക്കിട്ടിയ വെള്ളികൊണ്ട് പുതിയ നാണയങ്ങളുണ്ടാക്കുക-ഇതാണീ വിരുതന്മാർ ചെയ്തത്. ന്യൂട്ടന്റെ

Great Britain. Elizabeth I (1558-1603). Silver sixpence, 1569, Tower of London mint, privy mark coronet. Courtesy of the American Numismatic Society (ANS 1961.8.146, gift of Weber De Vore).

കാലമായപ്പോഴേക്കും ഇംഗ്ലണ്ടിന്റെ പണത്തിന്റെ മൂല്യം പഴയതിൽനിന്ന് വല്ലാതെ കുറഞ്ഞുപോയിരുന്നു. എന്തു ചെയ്യണമെന്നറിയാതെ സർക്കാർ വിഷമിച്ചിരുന്ന കാലം. 'ഇതികർത്തവ്യതാമൂഢൻ' എന്നൊക്കെ നമ്മൾ പറയാറില്ലേ? അതായിരുന്നു സർക്കാരിന്റെ അവസ്ഥ. ഒടുവിൽ, സർക്കാർ ഒരു തീരുമാനത്തിലെത്തി-1696-ൽ, അവർ പുതിയ നാണയങ്ങൾ ഇറക്കാൻ തീരുമാനിച്ചു-'The Great Recoinage of 1696'എന്നാണ് ഈ തീരുമാനത്തെ അവർ വിളിച്ചത്.

ചുരണ്ടിയ എല്ലാ നാണയങ്ങളും മിന്റ് ശേഖരിച്ചു. അവയെ പുതിയ നാണയങ്ങളാക്കി മാറ്റി. ഈ പുതിയ നാണയങ്ങളുടെ അരികുകൾ പിരികളുള്ളതാക്കി. പിരികളുള്ളതുകൊണ്ട് അവയെ അത്ര എളുപ്പത്തിൽ കോപ്പിയടിക്കാനാകില്ല. ഇതിനൊക്കെ മേൽനോട്ടം വഹിച്ചതാരാ? നമ്മുടെ ന്യൂട്ടൺ തന്നെ. ചെയ്ത ജോലിയുടെ ഗാംഭീര്യം കണക്കിലെടുത്ത് മിന്റ് അദ്ദേഹത്തെ മിന്റിന്റെ മാസ്റ്ററാക്കി-the Master of Mint. മുപ്പതു കൊല്ലത്തോളമാണ് അദ്ദേഹം മിന്റിൽ മാസ്റ്ററായ് ഇരുന്നത്-അതായത്, മരണം വരെ.

നാണയങ്ങൾ പുതുക്കി ഇറക്കിയതിനു ശേഷം ന്യൂട്ടൺ മറ്റൊരു പണിയിലേർപ്പെട്ടു. അദ്ദേഹത്തിന്റെ ശ്രദ്ധ കള്ളനാണയമുണ്ടാക്കുന്നവരെ കുടുക്കുന്നതിലേക്ക് തിരിഞ്ഞു. ചുരുക്കിപ്പറഞ്ഞാൽ,

വില്യം ഷാലനർ

മൂപ്പരൊരു ഡിറ്റക്ടീവ് ആയി. കൂട്ടിന് ചില ചാരന്മാരും, വാർത്ത യെത്തിക്കുന്നവരും ഉണ്ടായിരുന്നു.

നാണയങ്ങളുടെ നക്കലുണ്ടാക്കുന്നവരിലെ പ്രധാന വിരുതൻ ഷാലനർ (Chaloner) എന്നൊരാളായിരുന്നു. വർഷങ്ങളോള മാണ് ന്യൂട്ടൺ അയാളെ പിന്തുടർന്നത്. അയാളെ കുടുക്കിയതാണ് അദ്ദേഹത്തിന്റെ കുറ്റാന്വേഷണജീവിതത്തിലെ വൻവിജയം. ഷാലനർ കുടുങ്ങിയെന്നു മാത്രമല്ല, തൂക്കിലാവുകയും ചെയ്തു.

WOOLSTHORPE MANOR-HOUSE.

[Sir Isaac Newton's birthplace.]

11

ഇക്കാലത്ത് ന്യൂട്ടൺ ലണ്ടനിലായിരുന്നല്ലോ. റോയൽ സൊസൈറ്റിയും ലണ്ടനിലാണല്ലോ. എന്നിട്ടും, ന്യൂട്ടൺ സൊസൈറ്റിയിൽനിന്ന് നല്ല അകലം പാലിച്ചു. ഈ അകൽച്ചയ്ക്ക് ഒരു കാരണമുണ്ടായിരുന്നു. തന്റെ പ്രിയ ശത്രു ഹുക്ക് അപ്പോഴും സൊസൈറ്റിയിലുണ്ടല്ലോ. അങ്ങേർ അവിടെയുള്ളിടത്തോളം കാലം വഴക്കിനുള്ള സാദ്ധ്യത തള്ളിക്കളയാനൊക്കില്ല. വീണ്ടും കലഹിക്കാൻ ന്യൂട്ടണ് തീരെ താല്പര്യമുണ്ടായിരുന്നില്ല.

1703-ൽ ഹുക്ക് മരിച്ചു. അതേ വർഷം തന്നെ റോയൽ സൊസൈറ്റിയുടെ പ്രസിഡണ്ടും മരിച്ചു. പ്രസിഡണ്ടിന്റെ സ്ഥാനത്തേക്ക് ന്യൂട്ടനാണ് തെരഞ്ഞെടുക്കപ്പെട്ടത്. 1704-ൽ ന്യൂട്ടൺ പ്രകാശത്തെക്കുറിച്ചുള്ള തന്റെ പഠനം (Optics) പ്രസിദ്ധീകരിച്ചു. വർഷങ്ങൾക്കു മുമ്പേ പൂർത്തിയാക്കിയ പഠനമാണത്. അതു പ്രസിദ്ധീകരിക്കുവാൻ ഇത്രയും താമസിച്ചതെന്തിനെന്നു സ്വാഭാവികമായും ആളുകൾ സംശയിച്ചു. അതിന് ന്യൂട്ടൺ ഒരു സമാധാനം നൽകി:

"ഇക്കാര്യത്തെക്കുറിച്ച് അനാവശ്യമായ തർക്കങ്ങളിൽ ഏർപ്പെടുന്നത് ഒഴിവാക്കാനാണ് ഞാനിത് അച്ചടിക്കുന്നത് വൈകിച്ചത്."

ഹുക്ക് ജീവിച്ചിരിക്കേ, കലഹമുണ്ടാകുമെന്ന് അദ്ദേഹത്തിന് ഉറപ്പായിരുന്നു. പുസ്തകം പ്രസിദ്ധീകരിക്കാൻ ഹുക്ക് മരിക്കുന്നതും കാത്തിരിക്കുകയായിരുന്നു നമ്മുടെ ചങ്ങാതി.

ന്യൂട്ടൺ റോയൽ സൊസൈറ്റിയുടെ പ്രസിഡണ്ടായി ഭരണമേറ്റെടുത്തു. ഒരു ഏകാധിപതിയെപ്പോലെയാണ് അദ്ദേഹം സൊസൈറ്റി ഭരിച്ചത്. അതിനാൽത്തന്നെ അരോചകമായ പല സംഭവങ്ങളുമുണ്ടായി. അവയിലൊരു സംഭവം (കലഹം എന്നു വേണം പറയാൻ) കാൽകുലസ്സിനെ സംബന്ധിച്ചതാണ്. ആരാണ് ശരിക്കും കാൽകുലസ് കണ്ടുപിടിച്ചത്? 1665-ൽ ന്യൂട്ടനാണത് കണ്ടുപിടിച്ചതെന്ന് നമുക്കറിയാം. പക്ഷേ, അന്നത് അദ്ദേഹം ആരെയും കാണിക്കാൻ കൂട്ടാക്കിയിരുന്നില്ലല്ലോ. വളരെച്ചുരുക്കം

ഗോട്ട്ഫ്രീഡ് വിൽഹെം ലീബ്നസ്

വിശിഷ്ടവ്യക്തികൾക്കു മാത്രമേ അതു കാണാനുള്ള അവസരമുണ്ടായുള്ളൂ.

ന്യൂട്ടൺ കാൽകുലസ്സിനെ കാൽകുലസ് എന്നല്ല വിളിച്ചിരുന്നതെന്ന് ഓർമ്മയുണ്ടല്ലോ. അദ്ദേഹം അതിനെ വിളിച്ചത് the Method of Fluxions എന്നായിരുന്നല്ലോ. അതു കണ്ടുപിടിച്ച കാലത്ത്, 1665-ൽ, അതു പ്രസിദ്ധീകരിക്കാൻ അദ്ദേഹം കൂട്ടാക്കിയില്ല. 1675 ആയപ്പോൾ മറ്റൊരാൾ ഇതേപോലൊരു സമ്പ്രദായവുമായ് രംഗത്തു വന്നു. മൂപ്പരുടെ പേരാണ് ഗോട്ട്ഫ്രീഡ് വിൽഹെം ലീബ്നസ് (Leibniz). ഒരു ജർമ്മനിക്കാരനായിരുന്ന ഇദ്ദേഹം തന്റെ സമ്പ്രദായത്തിന് 'കാൽകുലസ്' എന്നാണ് പേരിട്ടത്. ന്യൂട്ടനെപ്പോലെ മറ്റൊരാൾകൂടി സമാനസ്വഭാവമുള്ള കണ്ടുപിടുത്തം

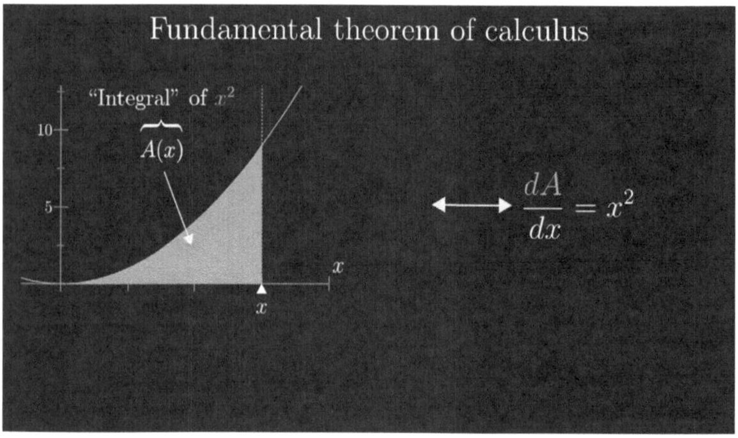

നടത്തിയതിൽ ആശ്ചര്യമൊന്നുമില്ല. ലീബ്നസും ന്യൂട്ടൺ ചെയ്യുന്ന തരം ഗവേഷണത്തിൽ ഏർപ്പെട്ടിരിക്കുകയായിരുന്നു. വാസ്തവത്തിൽ, തന്റെ പുതിയ ഗണിതസമ്പ്രദായത്തെപ്പറ്റി ലീബ്നസ് ന്യൂട്ടണ് കത്തെഴുതുകപോലുമുണ്ടായിട്ടുണ്ട്. രസകരമെന്ന് പറയട്ടേ, അതിലൊരു കത്ത് തുടങ്ങുന്നത് ഇങ്ങനെയാണ്:

"അങ്ങയോടെനിക്കുള്ള കടപ്പാട് എത്ര വലുതാണെന്ന് ഞാൻ ചിന്തിക്കുകയാണ്..."

1684-ൽ ലീബ്നസ് തന്റെ കാൽകുലസ് സിദ്ധാന്തം പ്രസിദ്ധീകരിച്ചു. അപ്പോൾ കുഴപ്പമൊന്നുമുണ്ടായില്ല. അങ്ങനെയിരിക്കേ, 1704-ൽ, ന്യൂട്ടൺ സ്വന്തം കാൽകുലസ് പ്രസിദ്ധീകരിച്ചു. അതു വായിച്ച ഏതോ ഒരു വിവരദോഷി ലീബ്നസിന്റെ ആശയങ്ങൾ ന്യൂട്ടൺ കട്ടതാണെന്ന് പറഞ്ഞുകളഞ്ഞു. പോരേ പൂരം! ന്യൂട്ടൺ കോപാകുലനായി. കാൽകുലസ് കണ്ടുപിടിച്ചതിന്റെ മഹത്വം മറ്റൊരാൾക്കു കിട്ടുന്നത് അദ്ദേഹത്തിന് സഹിക്കാൻ പറ്റുമായിരുന്നില്ല. ഒരു വഷളൻ പോരിന് അങ്ങനെ തുടക്കമായി. ലീബ്നസാണ് തന്റെ ആശയങ്ങൾ കട്ടതെന്ന് ന്യൂട്ടൺ കുറ്റപ്പെടുത്തി. ആദ്യമൊക്കെ ലീബ്നസ് ശാന്തനായിരുന്നു. അദ്ദേഹം പറഞ്ഞു:

"ന്യൂട്ടൺ അതിനെ (കാൽകുലസ്സിനെ) കൂടുതൽ വികസിപ്പിച്ചു. ഞാനാകട്ടെ അതിലേക്ക് വേറൊരു വഴിയിലൂടെയാണ്

എത്തിയത്."

ഒരു ചങ്ങാതിക്ക് ലീബ്നസ് ഇങ്ങനെ എഴുതി:

"ഒരാൾ ഒരു രീതിയിൽ സംഭാവന ചെയ്യുന്നു; മറ്റൊരാൾ മറ്റൊരു രീതിയിലും."

ഇതൊന്നും ന്യൂട്ടൺ ചെവിക്കൊണ്ടില്ല. ന്യൂട്ടനല്ലേ ആള്! അദ്ദേഹത്തിന്റെ നിലപാട് മറ്റൊന്നായിരുന്നു:

"രണ്ടാമത് കണ്ടുപിടിക്കുന്നവന് എന്തവകാശം? ഒരവകാശവുമില്ല."

കലഹം കൊടുമ്പിരികൊണ്ടപ്പോൾ, 1711-ൽ, ലീബ്നസ് റോയൽ സൊസൈറ്റിയെ സമീപിച്ചു; വഴക്കു തീർക്കണമെന്ന് അപേക്ഷിച്ചു. പക്ഷേ, സൊസൈറ്റിയുടെ പ്രസിഡണ്ട് ആരാ? ന്യൂട്ടണല്ലേ? തർക്കപരിഹാരസമിതിയുടെ അദ്ധ്യക്ഷനായ് അദ്ദേഹം തന്നെത്തന്നെ അവരോധിച്ചു. അതുമാത്രമല്ല, സമിതിയുടെ റിപ്പോർട്ടും അദ്ദേഹം തന്നെ സ്വകാര്യമായ് എഴുതിയുണ്ടാക്കി.

1713-ലാണ് റിപ്പോർട്ട് പുറത്തു വന്നത്. തെളിവുകളൊക്കെ ലീബ്നസ്സിന് എതിരായിരുന്നു. തെളിവുകൾ വളച്ചൊടിച്ചതാണെന്ന് പറയേണ്ടതില്ലല്ലോ. ന്യൂട്ടന്റെ ഗവേഷണം ലീബ്നസ് മോഷ്ടിച്ചതാണെന്ന നില വന്നു. ഇതു കഴിഞ്ഞ് മൂന്നുകൊല്ലമായപ്പോൾ ലീബ്നസ് മരിച്ചു. അതിനുശേഷവും താൻ ചെയ്തത് തെറ്റാണെന്ന പശ്ചാത്താപമൊന്നും ന്യൂട്ടണുണ്ടായില്ല . വർഷങ്ങൾ കടന്നു പോയപ്പോൾ ഈ സംഭവം വളരെ സന്തോഷത്തോടെയാണ് അദ്ദേഹം ഓർത്തെടുത്തത്:

"ഞാൻ ലീബ്നസ്സിന്റെ ഹൃദയം പൊടിപൊടിയാക്കി."

എങ്കിലും, ഒരർത്ഥത്തിൽ, ഈ യുദ്ധത്തിൽ ജയിച്ചത് ലീബ്നസ്സാണ്. ന്യൂട്ടന്റെ method of fluxion വ്യക്തിപരമായ ഒരുതരം ചുരുക്കെഴുത്തായിരുന്നു; മറ്റുള്ളവർക്ക് മനസ്സിലാക്കാൻ പ്രയാസമുള്ള ഭാഷ. മറ്റാരും അതുപയോഗിക്കാൻ പാടില്ലെന്ന വാശിമൂപ്പർക്കുണ്ടായിരുന്നു. ലീബ്നസ്സിന്റെ സമ്പ്രദായമാകട്ടെ, എളുപ്പം ഗ്രഹിക്കാൻ പറ്റുന്നതാണ്. ഇന്ന് കാൽകുലസ് പഠിക്കുന്നവരെല്ലാം

ഉപയോഗിക്കുന്നത് ലീബ്നസ്സിന്റെ സമ്പ്രദായമാണ്, പദങ്ങളാണ്, പ്രതീകങ്ങളാണ്. എന്തിന്, 'കാൽകുലസ്' എന്ന വാക്കുപോലും ലീബ്നസ്സിന്റേതാണ്. ന്യൂട്ടൺ ഇതൊന്നും അറിയാതിരിക്കട്ടെ. അറിഞ്ഞാൽ, അദ്ദേഹത്തിന്റെ കോപത്തിന് കണക്കുണ്ടാവില്ല.

12

ന്യൂട്ടൺ ജനിച്ചപ്പോൾ ആ കുട്ടി അധികകാലം ജീവിക്കുമെന്ന് ആരും പ്രതീക്ഷിച്ചിരുന്നില്ല. എന്നാൽ, ന്യൂട്ടൺ ഏറെക്കാലം വാഴുകയുണ്ടായി. അവസാനകാലത്ത് അദ്ദേഹം ധനാഢ്യനായിരുന്നു; അധികാരമുള്ളവനായിരുന്നു; ആദരണീയനായിരുന്നു. 1705-ൽ അദ്ദേഹത്തിന് നൈറ്റ് (Knight) പദവി ലഭിച്ചു. ആൻ രാജ്ഞിയാണ് അദ്ദേഹത്തിന് പദവി സമ്മാനിച്ചത്. അതോടെ, അദ്ദേഹം 'സർ' (Sir) ഐസക് ന്യൂട്ടണായി. നൈറ്റ് പദവി ലഭിച്ചവർക്ക് കിട്ടുന്ന വിളിപ്പേരാണ് 'സർ'. ഇന്ത്യയിൽ രബീന്ദ്രനാഥ ടാഗോറിന് സർ പദവി ലഭിച്ചിരുന്നുവെന്ന് നമ്മൾക്കെല്ലാം അറിയാമല്ലോ. ജാലിയൻവാലാബാഗ് കൂട്ടക്കുരുതിയിൽ പ്രതിഷേധിച്ച് അദ്ദേഹം ആ പദവി ബ്രിട്ടന് തിരിച്ചുനൽകുകയുമുണ്ടായി.

അസാമാന്യമായ സേവനങ്ങളുടെ പേരിൽ ബ്രിട്ടീഷ് പൗരന്മാർക്കാണ് സാധാരണയായി ഈ പദവി ലഭിക്കുന്നത്. മദ്ധ്യകാലയൂറോപ്പിലാണ് ഈ സമ്പ്രദായം തുടങ്ങിയത്. അന്ന് അശ്വാരൂഢരായ ഭടന്മാർക്കാണ് ഈ പദവി നൽകിയിരുന്നത്. ഒരു നൈറ്റ് ധീരനായിരിക്കണം; ബലവാനായിരിക്കണം; യുദ്ധസാമർത്ഥ്യമുള്ളവനായിരിക്കണം.അയാൾ സ്ത്രീകളെ ബഹുമാനിക്കണം; ദുർബ്ബലരെ രക്ഷിക്കണം. അയാൾക്ക് തന്റെ തമ്പുരാനോട്

ക്കുറുണ്ടായിരിക്കണം. അത്തരക്കാരായിരുന്നു മദ്ധ്യകാലയൂറോപ്പിലെ നൈറ്റുകൾ.

ചാകുംവരെ ന്യൂട്ടന്റെ മനസ്സ് മൂർച്ചയുള്ളതായിരുന്നു; ആരോഗ്യവും പൊതുവേ, കേമമായിരുന്നു. മരിക്കുന്നതിന് ഒരു മാസം മുമ്പുപോലും അദ്ദേഹം റോയൽ സൊസൈറ്റിയുടെ യോഗത്തെ നിയന്ത്രിച്ചു.

1727- മാർച്ച് ഇരുപതിനാണ് ന്യൂട്ടൺ മരിച്ചത്; പ്രായം എൺപത്തിയഞ്ച്. ലണ്ടനിലെ വെസ്റ്റ്മിൻസ്റ്റർ അബീ(Westminster Abbey)യിലാണ് അദ്ദേഹത്തെ അടക്കിയത്. അങ്ങനെയൊരു ബഹുമതി കിട്ടിയ ആദ്യത്തെ ശാസ്ത്രജ്ഞനാണ് സർ ഐസക് ന്യൂട്ടൺ.

ആ വെണ്ണക്കൽ സ്മാരകത്തിന്റെ ശിലാഫലകത്തിലുള്ള വരികൾ അദ്ദേഹത്തോടുള്ള ഭയഭക്തിബഹുമാനത്തിന്റെ ഓർമ്മക്കുടിയാണ്:

“ഇവിടെയാണ് നൈറ്റായ ഐസക് ന്യൂട്ടണെ അടക്കിയിരിക്കുന്നത്; ദൈവികമെന്നു തന്നെ പറയാവുന്ന

ന്യൂട്ടന്റെ ശവകുടീരം

മനോബലത്തോടെയാണ് മറ്റൊരു പണ്ഡിതനും വിഭാവനം ചെയ്യാത്ത മേഖലകളിൽ അദ്ദേഹം പര്യവേക്ഷണം ചെയ്തത്."

മഹാകവി അലക്സാണ്ടർ പോപ്പ് അദ്ദേഹത്തെക്കുറിച്ച് എഴുതി:

"പ്രകൃതിയും പ്രകൃതിനിയമങ്ങളും അന്ധകാരത്തിൽ ഒളിച്ചിരിപ്പായിരുന്നു. അപ്പോഴാണ് ദൈവം പറഞ്ഞത്: 'ന്യൂട്ടണുണ്ടാകട്ടെ!'. അതോടെ, എല്ലാം വെളിച്ചത്തിലായി."

ദൈവികമായ മനസ്സ്-അങ്ങനെ അവകാശപ്പെടുന്നത് ഒരിത്തിരി കൂടുതലല്ലേ എന്നു തോന്നാം. പക്ഷേ, അന്നുമുതലിന്നുവരെയുള്ള

ഐൻസ്റ്റീൻ

എല്ലാ ശാസ്ത്രജ്ഞന്മാരും അതിനോട് യോജിക്കും.ഒരു വ്യക്തിയെന്ന നിലയിൽ ന്യൂട്ടൺ കണ്ടുപിടിച്ചതിനേക്കാൾ എത്രയോ വലിയ കാര്യമാണ് അദ്ദേഹം ജീവിതത്തിൽ സഫലമാക്കിയത്. ലോകത്തിലെ എല്ലാ സംഗതികളും എങ്ങനെയാണിങ്ങനെ പൊരുത്തപ്പെട്ടു നിൽക്കുന്നതെന്ന് മനസ്സിലാക്കാനാണ് അദ്ദേഹം തുനിഞ്ഞത്. മറ്റു പണ്ഡിതന്മാർ രസകരമായ വാക്യങ്ങളുണ്ടാക്കി. ന്യൂട്ടൺ ആ വാക്യങ്ങൾ കൊരുത്ത് പ്രപഞ്ചത്തിന്റെ കഥയുണ്ടാക്കി നമുക്ക് പറഞ്ഞു തന്നു.

താൻ കഥ തുടങ്ങിയിട്ടേയുള്ളൂവെന്ന് ന്യൂട്ടണ് അറിയാമായിരുന്നു. വയസ്സേറെയായപ്പോൾ അദ്ദേഹം പറഞ്ഞു:

“ലോകം എന്നെ എങ്ങനെ കാണുന്നുവെന്ന് എനിക്കറിയില്ല.

എന്നാൽ, ഞാനെന്നെ കാണുന്നത് കടൽത്തീരത്ത് കളിയാടുന്ന ഒരു കുട്ടിയായിട്ടാണ്. ഇടക്കിടക്ക് സാധാരണ കല്ലുകളേയും കക്ക ളേയുംക്കാൾ മിനുസമുള്ളവ കിട്ടുമ്പോൾ എന്റെ ശ്രദ്ധ അങ്ങോട്ടു പോകും. അപ്പോഴും, സത്യത്തിന്റെ സാഗരം എനിക്കു മുമ്പിൽ ആച്ഛാദിതമായി പരന്നുകിടക്കുകയാണ്."

പിന്നീടുള്ള ഇരുന്നൂറോളം സംവത്സരങ്ങളിലെ ഭൗതികശാ സ്ത്രത്തിന്റെ വേരുകൾ വളം വലിച്ചെടുത്തത് അദ്ദേഹത്തിന്റെ ആശയങ്ങളിൽനിന്നാണ്. ഇരുപതാം നൂറ്റാണ്ടിന്റെ തുടക്കത്തിൽ മാത്രമാണ് അതുപോലൊരു പ്രതിഭ വീണ്ടും പിറവികൊള്ളു ന്നത്-ആൽബർട്ട് ഐൻസ്റ്റീൻ-ന്യൂട്ടന്റെ കണ്ടുപിടുത്തങ്ങളുടെ പരിമിതികൾ കണ്ടെത്തിയ ആൾ.

ഇന്നും, സാധാരണ ലോകത്തിലെ സംഭവങ്ങൾ കയ്യാളുന്ന തിന് ന്യൂട്ടന്റെ കണ്ടുപിടുത്തങ്ങൾ ധാരാളം മതി. സൈക്കിൾ ചവിട്ടുമ്പോൾ, പന്തു പിടിക്കുമ്പോൾ, ആപ്പിൾ വീഴുമ്പോഴൊക്കെ നമ്മളോർക്കുക ന്യൂട്ടനെയാണ്-മൂക്കത്ത് ശുണ്ഠിയുള്ള ബുദ്ധിമാ നായ ആ പ്രഫസറെ. ഇന്നും നാം ലോകത്തെ മനസ്സിലാക്കുന്നത് ന്യൂട്ടൺ പറഞ്ഞുതന്ന അതേ രീതിയിലാണ്.

References

1. *Giants of Science: James Gleick*, Pantheon Books, 2003
2. *The Life of Isaac Newton*: Richard S. Westfall, Cambridge University Press, 1993
3. *Newton:* Peter Ackroyd, Doubleday, 2006
4. *Who Was Isaac Newton?:* Janet B. Pascal, Grosset & Dunlap, Penguin, 2014